पीकरोगशास्त्र

रोगांची ओळख व व्यवस्थापन

डॉ. श्रीकृष्ण नामदेव झगडे

सकाळ प्रकाशन

पीकरोगशास्त्र : रोगांची ओळख व व्यवस्थापन

© डॉ. श्रीकृष्ण नामदेव झगडे

प्रथमावृत्ती : एप्रिल २०१७

अक्षरजुळणी
सकाळ पुस्तक प्रकाशन विभाग, पुणे

मुखपृष्ठ
संदीप देशपांडे

प्रकाशक
सकाळ पेपर्स प्रा. लि.
पुस्तक प्रकाशन विभाग,
५९५, बुधवार पेठ, पुणे २.

ISBN : 978-93-86204-41-7

अधिक माहितीकरिता :
०२०-२४४० ५६७८/८८८८८ ४९०५०
sakalprakashan@esakal.com

माझे आई-वडील

श्री. नामदेव भगवान झगडे

आणि

सौ. लक्ष्मी नामदेव झगडे

यांना अर्पण

मनोगत

पीकरोगशास्त्र अर्थात वनस्पतिरोगशास्त्र हे प्राचीन काळापासून मनुष्यास ज्ञात असणारे शास्त्र आहे. मनुष्यास उदरनिर्वाहासाठी वनस्पतीवर अवलंबून राहावे लागते त्यामुळे वनस्पतीच्या उत्पादनात रोगांमुळे होणारी घट टाळण्याचा त्याचा प्रयत्न प्राचीन काळापासून अविरत चालू आहे. कधी त्याने रोगास देवाची अवकृपा संबोधले तर कधी स्वत:चे पाप. रोगांची लागण वनस्पतींना अतिसूक्ष्म रोगकारकामुळे होते हे काळाच्या ओघात प्रकाशात आले. तद्नंतर रोगाची लागण, रोगकारक सूक्ष्मजीव, रोगास पोषक हवामान, रोगाचा प्रसार, त्याचे जीवनचक्र तसेच त्यांच्यावर नियंत्रण मिळवण्यासाठी विविध पर्यायांचा वापर यांचा शोध मानवाने लावला व या रोगशास्त्राची व्याप्ती वाढत गेली.

प्राचीन काळी संशोधनाअभावी अंधश्रद्धेच्या विळख्यात अडकून पडलेले समज पुढे कालांतराने बदलेले व या अंधश्रद्धेच्या बेड्या सैल झाल्या. रोगाचे कारण हे देवाची अवकृपा नसून तो सूक्ष्मजीवांच्या लागणीचा परिणाम आहे हे सत्य पुढे आले. एकविसाव्या शतकातही हे सर्व ज्ञान इंग्लिश भाषेत अडकून राहिले आहे. भारतात, महाराष्ट्रात शेती पिकवणाऱ्या ९९% शेतकऱ्याला ग्रंथालयातील इंग्लिश पुस्तकांत अडकलेले ज्ञान मराठी भाषेतील या पुस्तकाद्वारे उपलब्ध करून देत आहोत. शेतकऱ्याला पुस्तक जवळचे वाटत नाही, ही वस्तुस्थिती आहे. मात्र महाराष्ट्रातील शेतकरी आता सुशिक्षित सुजाण होत आहे. इतिहासाच्या शालेय क्रमिक पुस्तकातील एक ना एक सनावळी तो ज्या आवडीने वाचतो, त्याच आवडीने वनस्पतींच्या रोगाविषयी स्वत:च्या मातृभाषेतील पुस्तक त्याने वाचावे यासाठी हा प्रयत्न आहे.

युरोप, अमेरिका या खंडातील शेतीकडे आपण प्रगतशील शेती म्हणून पाहतो कारण, शेतीमध्ये होणारे संशोधन, संशोधन प्रबंधलेखन, पुस्तकलेखन ही त्यांच्या मातृभाषेत म्हणजे इंग्लिश मध्ये असतात. तेथील संशोधन शेतकरी वाचतात, त्यावर चर्चा करतात, ते आत्मसात करतात. जर भारतातील संशोधन, प्रबंध, पुस्तके (विशेषत: कृषि विद्यापीठांच्या ग्रंथालयातील विविध विषयांची पुस्तके) ही आपल्या भाषेत आवश्यकतेनुसार उपलब्ध झाली तर संपूर्ण जग भारतीय शेतीकडे व शेतकऱ्याकडे मार्गदर्शक म्हणून पाहील. पीकरोगशास्त्रविषयक ज्ञान व शेतकरी यांच्यामधील भाषेची दरी भरून काढण्याचा माझा हा प्रामाणिक प्रयत्न असून या पुस्तकामध्ये पीकरोगशास्त्रातील रोगकारकांची माहिती, रोगकारकांची ओळख, रोगाची लागण, प्रसार, त्यांचे नियंत्रण, रासायनिक औषधे व त्यांचे वर्गीकरण, त्यांच्या वापराचे पीकनिहाय प्रमाण याबद्दल सविस्तर चर्चा केली आहे.

'पीकरोगशास्त्र : रोगांची ओळख आणि व्यवस्थापन' हे जरी शास्त्रीय पुस्तक असले तरी ते ओघवत्या सरळ भाषेमध्ये व शेतकरी बंधूंना वाचण्यास व कळण्यास सोप्या स्वरूपात सादर करत आहे.

या कामी मला सकाळ प्रकाशनाच्या श्री. आशुतोष रामगिर, सौ. दीपाली चौधरी, सौ. ऐश्वर्या कुमठेकर, श्री. मंदार मुंडले व श्री. अविनाश काळे यांच्या बहुमोल मार्गदर्शनाने फार मोलाची मदत झाली आहे. तसेच सदरचे पुस्तक सकाळ प्रकाशनाने प्रकाशित करण्याची धुरा खांद्यावर घेऊन मला बहुमोल अशी मदत केली आहे. मी त्यांचे मनापासून आभार मानतो.

या पुस्तकाच्या वापराने शेतकऱ्यास पीकरोगशास्त्राविषयी अद्ययावत माहिती मिळावी; परिणामी शेतकऱ्याचे पीक रोगामुळे होणारे नुकसान व औषधांवर होणारा अवास्तव खर्च कमी होऊन त्याचा निव्वळ नफा वाढावा हे उद्दिष्ट साध्य व्हावे...

डॉ. श्रीकृष्ण नामदेव झगडे

ऋणनिर्देश

माझे वडील श्री. नामदेव भगवान झगडे, आई सौ. लक्ष्मी नामदेव झगडे, यांनी स्वत:चे तुटपुंजे शिक्षण असून, घरची आर्थिक परिस्थिती बेताची असतानाही मला चांगले शिक्षण मिळावे म्हणून अत्युच्च त्याग केला. माझा भाऊ श्री. अर्जुन याने माझ्या शिक्षणासाठी स्वत:चे शिक्षण अर्ध्यावर थांबवले. वनस्पतिरोगशास्त्र विषयाचे अमृतपेय मला माझे पदव्युत्तर पदवीचे व आचार्य पदवीचे मार्गदर्शक डॉ. घनश्याम देविदास देशपांडे यांनी पाजले. प्राध्यापक डॉ. डी. एन. धुतराज, डॉ. ए. पी. सूर्यवंशी तसेच माझे सहकारी श्री. श्रीकांत वाईकर, श्री. उमेश मानवतकर व इतर या सर्वांच्या अथक् प्रयत्नाने व सहकार्याने, आशीर्वादाने पीकरोगशास्त्रात शिक्षण घेताना तसेच प्रत्यक्ष काम करताना मला जे ज्ञान प्राप्त करता आले, ते ज्ञान माझ्या महाराष्ट्रातील शेतकरी बांधवांपर्यंत पोहोचवणे हे मी माझे आद्य कर्तव्य समजतो त्यामुळेच *पीकरोगशास्त्र : रोगांची ओळख व व्यवस्थापन* हे पुस्तक लिहिण्याचा हा प्रामाणिक प्रयत्न आहे.

माझी सुविद्य पत्नी सौ. राधा व वहिनी सौ. माधवी यांनी या पुस्तक लेखनाच्या काळात माझे मानसिक मनोधैर्य द्विगुणीत केले. 'तसेच तू काय करतोस?' असा प्रश्न मला वारंवार विचारणारा माझा लहानसा पुतण्या चि. प्रभू व पुतणी 'मीरा' यांना त्यांच्या प्रश्नाचे उत्तर ज्यावेळी ते त्यांचे नाव या पुस्तकात वाचतील तेव्हा त्यांना मिळेलच. सर्वांच्या सहकार्याने या आवृत्तीची निर्मिती झाली आहे.

लेखकाचा परिचय

डॉ. श्रीकृष्ण नामदेव झगडे

पत्ता	:	माऊली इलेक्ट्रिकल्स, खंडाळा, ता.-खंडाळा जि. सातारा
जन्म तारीख	:	१० मार्च, १९८४
शिक्षण	:	बी.एस्सी.(ॲग्रिकल्चर), एम्.एस्सी.(ॲग्रिकल्चर - वनस्पतिरोगशास्त्र) पीएच.डी. (ॲग्रिकल्चर - वनस्पतिरोगशास्त्र) आयसीएआर-नेट उत्तीर्ण (२०१४)
अनुभव	:	वरिष्ठ संशोधक सहकारी - वसंतराव नाईक मराठवाडा कृषि विद्यापीठ, परभणी सहाय्यक प्राध्यापक (वनस्पतिरोगशास्त्र), नायगांव कृषि महाविद्यालय, जि.-नांदेड सहाय्यक प्राध्यापक (वनस्पतिरोगशास्त्र), दादासाहेब मोकाशी कृषि महाविद्यालय, राजमाची (कराड) कृषि सहाय्यक, वसंतराव नाईक मराठवाडा कृषि विद्यापीठ, परभणी येथे कार्यरत
संशोधन कार्य	:	मिरचीमधील रोपे कोलमडणे, बी-कूज रोग व त्याचे व्यवस्थापन याविषयी पीएच.डी. साठी संशोधन
आजीव सदस्य	:	• प्लॅण्ट प्रोटेक्शन असोसिएशन ऑफ इंडिया, हैद्राबाद • असोसिएशन ऑफ प्लॅण्ट पॅथॉलॉजिस्ट, जर्नल ऑफ प्लॅण्ट डिसिज सायन्सेस, डॉ. पंजाबराव कृषि विद्यापीठ, अकोला • जर्नल ऑफ ॲग्रिकल्चर रिसर्च ॲण्ड टेक्नॉलॉजी, पुणे
विशेष सहभाग	:	देशातील शेतीविषयक महत्त्वाच्या परिचर्चा आणि परिसंवाद यामध्ये सहभाग. रेडिओवरील 'किसानवाणी' चर्चेमध्ये सहभाग
प्रकाशित साहित्य	:	देश आणि परदेशातील विविध संशोधन पत्रिकांमध्ये आजपर्यंत बारा संशोधन लेख प्रकाशित झाले आहेत. सुमारे सात संशोधन अहवाल प्रकाशित
प्रकाशित लेख	:	• गव्हातील तांबेऱ्याचे एकात्मिक रोगव्यवस्थापन • डाळिंबावरील रोग व नियंत्रण • डाळिंब बागांचे रोगव्यवस्थापन • ओळख मिरचीवरील किडींची • आत्ताच रोखा उंदरांना • सूर्यफुलांवरील किडींचे नियंत्रण

शेतकरीबांधवांना आवाहन

या पुस्तकाच्या अनुषंगाने महाराष्ट्रात सर्वसाधारणपणे जी पिके घेतली जातात व त्या पिकांवर साधारणतः जे काही रोग आढळतात अशा रोगांवर विवेचन करण्यात आले आहे. याशिवाय काही इतरही रोग या पिकांवर आढळतात. तसेच यापेक्षा अधिक प्रकारची पिकेसुद्धा महाराष्ट्रात घेतली जातात.

पीकरोगशास्त्रात रोगाचे निश्चित निदान प्रयोगशाळेतील चाचण्या केल्यानंतरच करता येते. परंतु, शेतकऱ्यास प्रत्येक पिकाचा, प्रत्येक रोगाचा नमुना प्रयोगशाळेतून तपासून घेणे शक्य होत नाही किंवा या प्रक्रियेला लागणाऱ्या कालावधीमध्ये शेतकऱ्याचे नुकसान होऊ शकते. याकरिता शेतातच लक्षणांच्या निरीक्षणांवरून तसेच वैयक्तिक अनुभवावरून रोगाचे प्राथमिक निदान करता येते. पीकरोगशास्त्रात अनेक प्रकारच्या रोगकारकांमुळे, मूलद्रव्यांच्या अभावामुळे तयार होणारी लक्षणे बऱ्याच वेळा एकसारखी दिसतात, यामुळे संभ्रमावस्था तयार होते. या पुस्तकाचा वापर केल्याने रोगाचे प्राथमिक निदान करण्यास शेतकऱ्यास नक्कीच मदत मिळेल.

या पुस्तकात नमूद केलेल्या बुरशीनाशकांशिवाय, औषधांशिवाय अनेक नवीन औषधी घटक बाजारात उपलब्ध आहेत. त्यांचाही आपण वापर करू शकतो; परंतु या पुस्तकात नोंदवलेल्या बुरशीनाशकांची परिणामकारकता बऱ्याच वर्षांपासून सिद्ध असून ती आजपर्यंत कायम आहे.

रोगाच्या पूर्ण उच्चाटनाच्या हव्यासापोटी रासायनिक औषधांचा जास्त प्रमाणात वापर करू नये; कारण यामुळे पैशाचा, वेळेचा अपव्यय तर होतोच, पण प्रदूषण होते. तसेच रोगकारकांमध्ये त्या रसायनांना प्रतिकारकशक्ती तयार होते व जैवविविधतेवरही विपरित परिणाम होतो. रोगनियंत्रणाऐवजी रोगव्यवस्थापनासाठी प्रयत्न करावेत. यासाठी प्रथम पिकांची फेरपालट, मशागतीच्या तंत्रांचा वापर, बीजप्रक्रिया तंत्राचा वापर, जैविक बुरशीनाशकांचा वापर, वनस्पतिनिर्मित बुरशीनाशकांचा वापर, व शेवटी गरजेनुसार योग्य प्रमाणात, शिफारशीनुसार रासायनिक औषधांचा फवारणीसाठी किंवा धुरळणीसाठी वापर करावा, जेणेकरून आपण आपली शेती, वसुंधरा पुढच्या पिढीकडे सुपीक व निरोगी स्वरूपात हस्तांतरित करू शकू.

डॉ. श्रीकृष्ण नामदेव झगडे

अनुक्रमणिका

१.	वनस्पतिरोगशास्त्राची ओळख	९
२.	पीकरोगशास्त्राचा इतिहास	१४
३.	रोगकारकांची ओळख	१६
४.	वनस्पतीवरील रोगांचा अभ्यास	२१
५.	पीकरोगांची कारणे	२४
६.	रोगकारकांचा वनस्पतीत प्रवेश	३०
७.	हवामानाचा पीकरोगाच्या वाढीवर होणारा परिणाम	३२
८.	पीकरोगांचा प्रसार	३४
९.	पीकरोगांचे नियंत्रण	३७
१०.	एकात्मिक रोगव्यवस्थापन	४४
११.	पिकांवरील विविध रोग	४७
१२.	बुरशीनाशके	९१
१३.	बोर्डो पेस्ट व बोर्डो मिश्रण तयार करण्याची पद्धती	१३६
१४.	बीज प्रक्रिया	१३८
१५.	रोग व त्यावरील उपचार	१४३
१६.	बुरशीनाशकांची विविध रूपे व त्यामधील रासायनिक घटकांचे प्रमाण	१५१
१७.	बुरशीनाशकांचे प्रमाण काढण्याच्या पद्धती	१५४

१. वनस्पतिरोगशास्त्राची ओळख

सजीव सृष्टीतील हिरव्या वनस्पती प्रकाशसंश्लेषण क्रियेतून स्वतःचे अन्न स्वतः तयार करतात. प्रत्येक सजीवाला अन्नासाठी तथा ऊर्जेसाठी वनस्पतीवर अथवा अन्य सजीवांवर अवलंबून रहावे लागते. यालाच अन्नसाखळी असे म्हणतात. अन्नसाखळीमध्ये वनस्पती उत्पादक म्हणून ओळखल्या जातात. तर इतर सजीव उदाहरणार्थ, मानव प्राणी व सूक्ष्म जीव. (प्राणी हे वनस्पतिभक्षक किंवा मांसाहारी म्हणून ओळखले जातात व सूक्ष्म जीव हे विघटक म्हणून ओळखले जातात.) अन्नासाठी वनस्पतीवर अवलंबून आहेत. मानवाचे जीवन पूर्णपणे वनस्पतीवर अवलंबून आहे. अन्न, वस्त्र, निवारा, औषधे, इंधन इ. अनेक गोष्टींसाठी मानवाला वनस्पतीवर अवलंबून राहावे लागते. वनस्पती जर निरोगी असतील, तर त्यांच्यापासून मुबलक उत्पन्न मिळते. रोगामुळे वनस्पतीच्या उत्पादनात घट होते, ही उत्पादनातील घट रोगपरत्वे कमी जास्त असते. वनस्पतिरोगशास्त्रात या रोगांबाबतच्या अनेक बाबींचा अभ्यास अंतर्भूत असला, तरी या शास्त्राचा मुख्य उद्देश रोगाचे नियंत्रण करून वनस्पतीपासून मिळणाऱ्या उत्पादनात रोगामुळे होणारी घट कमी करणे हा आहे. कृषिउत्पादनातील घट कमी करणे, म्हणजे रोगापासून वाचलेले उत्पादन जगातील असंख्य गरजू लोकांसाठी वापरणे. यामुळे आधुनिक कृषिविज्ञानात वनस्पतिरोगशास्त्राला महत्त्वाचे स्थान आहे.

वनस्पतिरोगशास्त्राचा पुढील विज्ञानशाखांशी निकटचा संबंध आहे. वनस्पतीविज्ञान, आनुवंशिकी, वनस्पतींचे शरीरक्रियाशास्त्र, मृदरसायनशास्त्र, रसायनशास्त्र, सूक्ष्मजंतुशास्त्र, कवकशास्त्र, विषाणुशास्त्र, सूत्रकृमिजीवन, कीटकशास्त्र, भौतिकी, हवामानशास्त्र, वनस्पती आकारशास्त्र (वनस्पतींची संरचना व आकार) व इतर अनेक विज्ञानशाखांशी सुद्धा संबंध आहे.

वनस्पतिरोगशास्त्र/पीकरोगशास्त्र

वनस्पतींना होणाऱ्या विविध रोगांचा अभ्यास या अभ्यास शाखेत करण्यात येतो. यामध्ये वनस्पतींच्या रोगांचा प्रकार, रोगांची कारणे, त्यांच्या वाढीला जबाबदार असणाऱ्या घटकांची माहिती आणि रोगाचे व्यवस्थापन या बाबींवर प्रामुख्याने भर दिला जातो. शास्त्रज्ञ वनस्पतीच्या रोगाला कारणीभूत असणाऱ्या रोगकारकांचा उदाहरणार्थ, कवक (फंगस), जीवाणू (बॅक्टेरिया), परोपजीवी वनस्पती, विषाणू (व्हायरस), सूत्रकृमी (नेमॅटोड), प्रतिकूल हवामान, जमिनीतील मूलद्रव्यांचा अभाव यांचा अभ्यास करून त्यांच्या निर्मूलनाबद्दल संशोधन करतात. वनस्पतींच्या रोगाची कारणे, लक्षणे, पर्यावरणाचा रोगांच्या वाढीवर होणारा परिणाम, रोगांचा फैलाव, रोगकारकांच्या जीवनचक्राचा अभ्यास, रोगप्रतिबंधन व रोगव्यवस्थापन उपायांचा शोध या सर्व गोष्टींचा अंतर्भाव वनस्पतिरोगशास्त्रात होतो. ज्याप्रमाणे मानव व इतर प्राणी अन्नासाठी म्हणजेच दैनंदिन ऊर्जेसाठी वनस्पतीवर अवलंबून असतात त्याप्रमाणे बुरशी (कवक), जीवाणू, विषाणू, सूत्रकृमी व काही परोपजीवी वनस्पती अन्नासाठी म्हणजेच ऊर्जेसाठी वनस्पतीवर अवलंबून असतात.

प्रकाशसंश्लेषण

प्रकाशसंश्लेषण क्रियेत हिरव्या वनस्पती प्रकाशऊर्जेचे रूपांतर रासायनिक ऊर्जेत म्हणजेच कर्बोदकात ग्लुकोज मध्ये करतात.

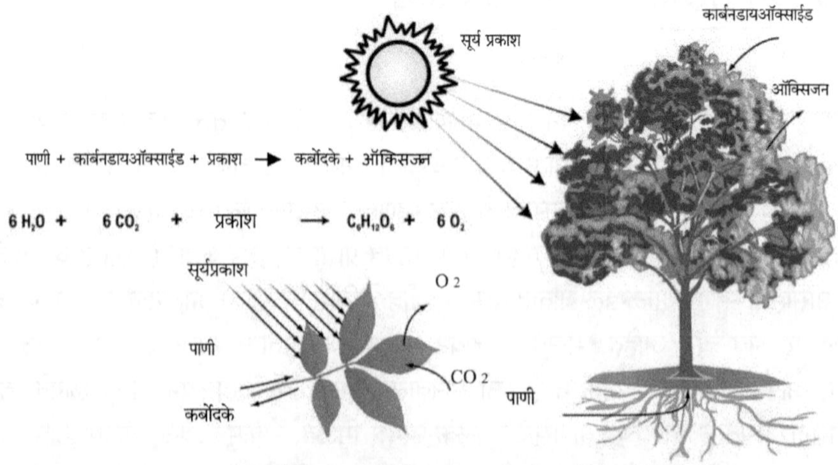

उत्पादक म्हणून प्रकाशसंश्लेषण क्रियेद्वारे अन्न तयार करण्याची वनस्पतीची प्रक्रिया

उत्पादक वनस्पतीवर अन्नासाठी/ऊर्जेसाठी अवलंबून असणारे सजीव

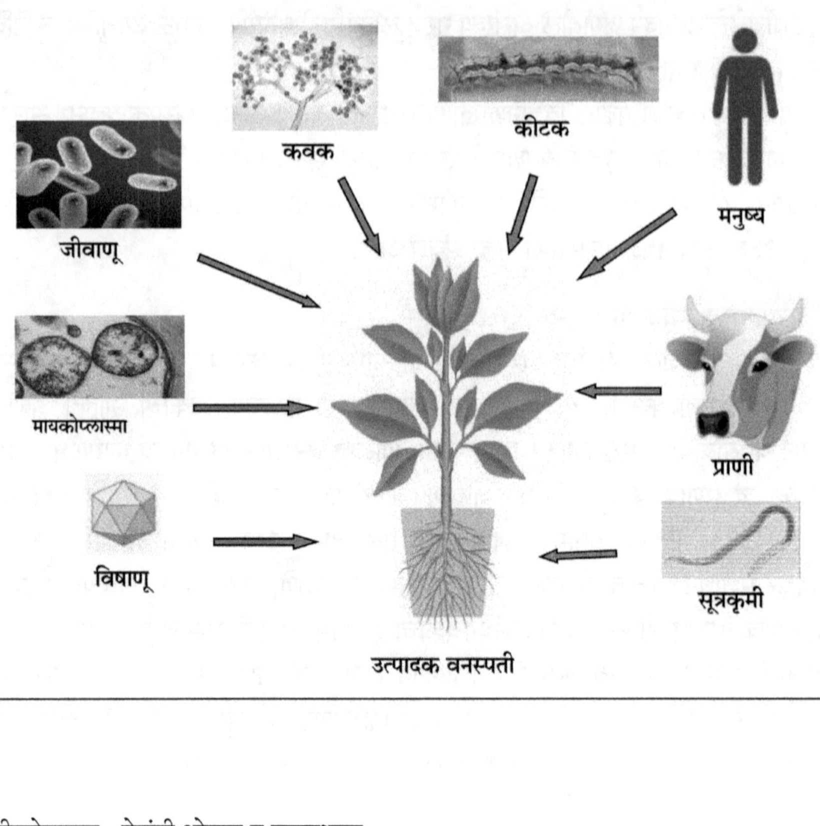

वनस्पतिरोगाची व्याख्या

रोगाची लक्षणे म्हणजे रोग नव्हे किंवा रोगकारक म्हणजे सुद्धा रोग नाही. प्रत्येक वनस्पतीच्या नैसर्गिक कार्याची (उदाहरणार्थ, वाढ, प्रकाशसंश्लेषण, बाष्पोत्सर्जन, अन्नद्रव्यांचा प्रवाह, प्रजनन इत्यादी) व आकारमानाची कक्षा सर्वसाधारणपणे निश्चित ठरलेली असते. त्या कक्षेमध्ये वनस्पतीची नैसर्गिक कार्ये होत असताना ती वनस्पती निरोगी आहे असे समजले जाते. रोगी अवस्थेत वनस्पतीच्या नैसर्गिक कार्यापैकी एक अथवा अधिक कार्यांची कक्षा विस्तारित होते किंवा आकुंचित होते. म्हणजेच अशा अवस्थेत रोगी वनस्पती आपली नैसर्गिक कार्ये योग्य रितीने पार पाडू शकत नाही, अशा अवस्थेला रोग म्हणतात. वनस्पतीमध्ये रोग उद्‌भवण्यासाठी संवेदनक्षम वनस्पती, रोगकारक व रोगाच्या वाढीस अनुकूल हवामान यांची एकाच वेळी आवश्यकता असते यापैकी एकही घटक नसेल तर रोग होत नाही. या तिन्ही घटकांपैकी एक घटक जरी कमी क्षमतेचा असेल तरी रोगाची तीव्रता कमी असते. त्यामुळे वनस्पतीमध्ये रोग उद्‌भवण्यासाठी (१) रोगसंवेदनशील वनस्पती, (२) रोग निर्माण करणारा जहाल रोगकारक, (३) रोगांच्या वाढीला अनुकूल हवामान या तीन गोष्टींची एकाच वेळेस आवश्यकता असते.

वनस्पतिरोगाचे महत्त्व व त्याचा मानवी जीवनावर होणारा परिणाम

वनस्पतिरोगाचे महत्त्व अनन्यसाधारण आहे, कारण त्यामुळे वनस्पतीचे व तिच्यापासून मिळणाऱ्या उत्पादनाचे नुकसान होते. वनस्पतिरोगाचा मानवाच्या जीवनावर होणाऱ्या विपरित परिणामाचे ठळक उदाहरण म्हणजे १८४०च्या सुमारास आयर्लंडमध्ये बटाट्याच्या पिकावर आलेला करपा रोग. या रोगामुळे बटाट्याच्या पिकाचे अतोनात नुकसान झाले व त्यामुळे दुष्काळसदृश परिस्थिती निर्माण होऊन अन्नाअभावी हजारो लोक मृत्युमुखी पडले होते. कारण बटाटा हेच त्यांचे मुख्य अन्न होते. १८७० साली श्रीलंकेमध्ये कॉफीच्या झाडांवर तांबेरा रोग पडून प्रचंड नुकसान झाले व तिथे पुन्हा कॉफीची लागवड करणे अशक्य झाले. भारतात १९४२ साली बंगालमध्ये भाताच्या पिकावर करपा रोग पडून हजारो लोक उपासमारीमुळे मृत्युमुखी पडले होते. सन १९४६-४७ मध्ये मध्यप्रदेशातील व महाराष्ट्रातील काही भागात गव्हावर तांबेरा रोगाचा प्रादुर्भाव होऊन गव्हाच्या पिकाचे संपूर्ण नुकसान झाले होते. वनस्पती रोगामुळे नुकसान किती व कोणत्या प्रकारचे होते हे त्या वनस्पतीवर, तिच्यापासून मिळणाऱ्या मुख्य उत्पादनावर, हवामानावर व रोगनिर्मूलन करण्यासाठी केलेल्या उपायांवर अवलंबून असते. काही वेळा नुकसान १०० टक्के

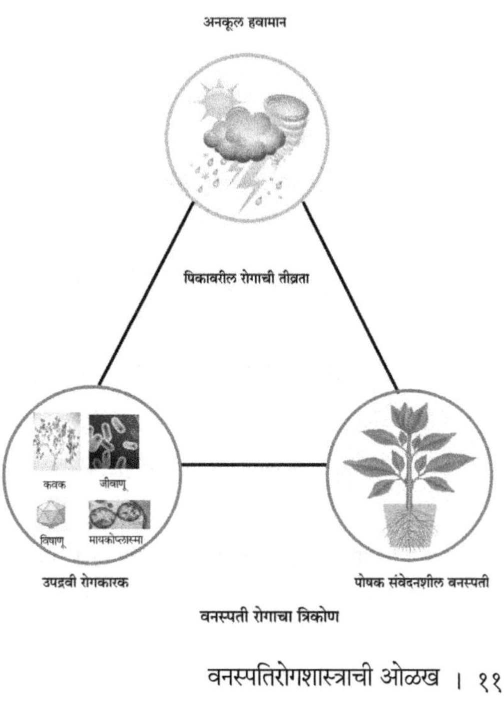

वनस्पती रोगाचा त्रिकोण

पर्यंत सुद्धा होऊ शकते. पीकरोगाने उत्पादनात घट तर येतेच; पण जे काही थोडेफार उत्पादन हाती पडते त्याची गुणवत्ता खराब झालेली आढळते. विशेषतः फळ व भाजीपाला पिकांमध्ये गुणवत्ता फार महत्त्वाची असते. अशा वेळी रोगामुळे गुणवत्ता खराब झाल्यामुळे शेतकऱ्याला फार नुकसान सोसावे लागते. काही पीकरोगांमुळे विषारी पदार्थ तयार होतात. उदाहरणार्थ, बाजरीवरील अरगट रोग. अशा वेळी रोगट बाजरी खाणे आरोग्यास हानिकारक असते.

वाढत्या लोकसंख्येला अन्नाचा पुरवठा करणे ही जगातील अनेक देशांपुढे बिकट समस्या आहे. रोगामुळे कृषी उत्पादनात होणारे नुकसान टाळण्यास किंवा कमी करण्यास मानवाला यश आले नाही तर, ही समस्या अधिकच बिकट होणार आहे. त्यामुळे वनस्पतिरोग शास्त्राच्या वैज्ञानिकांवर मोठी जबाबदारी पडलेली आहे.

वनस्पतिरोगांचे वर्गीकरण : वनस्पतिरोगांचे वर्गीकरण अनेक प्रकारे करता येते.

(१) **यजमान वनस्पतिपरत्वे** : तृणधान्यांचे रोग, फळझाडांचे रोग, भाजीपाला पिकांचे रोग वगैरे.

(२) **लक्षणपरत्वे** : मर, तांबेरा, करपा, काणी, भुरी, कूज, केवडा इत्यादी.

(३) **पोषक वनस्पतींच्या ज्या भागाला रोग झाला असेल त्यावरून** : मुळांचे रोग, पानांवरील रोग, फळांवरील रोग, कंदावरील रोग, इ.

(४) **कारणपरत्वे** : कवकजन्य, जीवाणुजन्य, विषाणुजन्य, फायटोप्लाझ्माजन्य इत्यादी.

रोगाच्या कारणावरून वनस्पतिरोगांचे पुढील दोन प्रकारांत वर्गीकरण करतात

(१) परोपजीवी कारकामुळे होणारे रोग (पसरणारे रोग),

(२) अपरोपजीवी कारकामुळे होणारे रोग (न पसरणारे रोग)

(१) परोपजीवी कारकामुळे होणारे रोग

१. **कवकामुळे होणारे रोग** : उदाहरणार्थ, तांबेरा, काणी, मर इ.

२. **जिवाणूमुळे होणारे रोग** : उदाहरणार्थ, भातावरील करपा, बटाट्यावरील बांगडी रोग; लिंबूवर्गीय पिकावरील कँकर, डाळिंबावरील तेल्या इ.

३. **परोपजीवी सपुष्प वनस्पतीमुळे होणारे रोग** : उदाहरणार्थ, ज्वारीवरील टारफुला, आंब्यावरील बांडगुळे, वनस्पतीवर वाढणारी अमरवेल इ.

४. **सूत्रकृमीमुळे होणारे रोग** : उदाहरणार्थ, गव्हावरील ओंबीला होणारा (इअर कॉकल) रोग, भाजीपाल्याच्या मुळावरील गाठी इ.

५. **विषाणुजन्य आणि मायकोप्लाझ्मामुळे होणारे रोग**

(अ) विषाणूपासून होणारे रोग : उदाहरणार्थ, भेंडीवरील पिवळ्या शिरांचा केवडा रोग, बटाट्यावरील अनेक विषाणुजन्य रोग, टोमॅटोवरील मोझॅक रोग, पपईवरील गोलाकार रिंग असणारे ठिपके इत्यादी.

(आ) मायकोप्लाझ्मामुळे होणारे रोग : उदाहरणार्थ, उसावरील गवताळ वाढ (गवत्या), तिळाचा पर्णगुच्छ, वांगी आणि मिरचीमधील पर्णगुच्छ (बोकड्या).

(२) अपरोपजीवी कारकामुळे होणारे रोग

(अ) जमिनीतील घटक : (१) जमिनीतील पाण्याचा अभाव व आधिक्य, (२) जमिनीची अयोग्य आम्लता वा क्षारता (अल्कलाईन), (३) जमिनीमधील मूलद्रव्याचा अभाव वा अधिक्य, (४) जमिनीतील अपुरा ऑक्सिजनचा पुरवठा.

(आ) वातावरणातील घटक : (१) प्रकाशाचा अभाव, (२) प्रतिकूल तापमान, (३) आर्द्रताअधिक्य वा अभाव, (४) कडाक्याची थंडी, (५) वीज पडणे, (६) हिमवर्षाव, (७) सोसाट्याचा वारा वा पाऊस.

(इ) पिकाच्या मशागतीमध्ये झाडांना होणारी इजा व पिकाच्या संरक्षणासाठी केलेल्या रासायनिक फवारणीचे दुष्परिणाम.

(ई) कारखान्यातून बाहेर पडणारे विषारी वायू, धूर, खडीमशीनमधून उडणारी धूळ, इत्यादी

(उ) साठवून ठेवलेल्या अगर वाहतुकीदरम्यान फळे-भाजीपाल्यामध्ये चयापचय क्रियेमुळे (सतत होणाऱ्या भौतिक-रासायनिक घडामोडीमुळे) तयार होणारे हानिकारक पदार्थ.

❑

२. पीकरोगशास्त्राचा इतिहास

सूक्ष्मदर्शकाचा शोध सतराव्या शतकाच्या सुमारास लागला. १६७५ साली आंतॉन व्हान लेव्हेनहूक यांनी सूक्ष्मदर्शकाच्या साहाय्याने जीवाणू व इतर सूक्ष्मजीवांचा शोध लावला. पी. ए. मायकेली (१६७९-१७३७) या इटालियन वनस्पतिशास्त्रज्ञाने सर्वप्रथम बऱ्याच कवकांचा सखोल अभ्यास केला व त्यांनी केलेल्या निरीक्षणावरून कवकाची निर्मिती बीजाणूपासून (एककोशिक सूक्ष्म पेशी) होते याबद्दल निरीक्षण नोंदवले. कवकामुळे वनस्पतिरोग होतात हा निरीक्षणावर आधारलेला नियम प्रीव्होस्ट या शास्त्रज्ञांने १८०७ साली मांडला. परंतु सूक्ष्मजीवांमूळे वनस्पतिरोग उद्‌भवतात हे तत्त्व तत्कालीन शास्त्रज्ञ मानण्यास तयार नव्हते. सूक्ष्मजीवाची उत्पत्ती आपोआप होते या कल्पनेचा त्यांच्या मनावर दृढ प्रभाव होता. १८४०च्या सुमारास आयर्लंडमध्ये बटाट्याच्या पिकावर करपा रोगाचा फार मोठ्या प्रमाणावर प्रादुर्भाव झाला. हा रोग कवकजन्य असल्याबद्दलचे काही वनस्पतिशास्त्रज्ञांचे मत होते, तर बऱ्याच वनस्पतिशास्त्रज्ञांना ते मान्य नव्हते. एम. जे. बर्कली या ब्रिटिश शास्त्रज्ञाला हा रोग कवकजन्य असल्याची खात्री होती; पण ते प्रयोगसिद्ध पुरावा देऊ शकले नाहीत. अखेरीला अँताँ द बारी (१८३१-८८) या जर्मन शास्त्रज्ञाने वनस्पतिरोग कवकापासून होतात, हे सिद्ध केले. त्यांनी बटाटा या पिकांवरील रोगांवर संशोधन करून प्रीव्होस्ट यांनी ४० वर्षापूर्वी मांडलेला 'कवकांमुळे वनस्पतिरोग होतात' हा सिद्धान्त खरा असल्याचे पटवून दिले. त्यामुळे द बारी यांना वनस्पतिरोग विज्ञानाचे जनक समजले जाते. त्यांचे समकालीन शास्त्रज्ञ जे. जी. कून (१८२५-१९१०) यांनी जर्मनीत याच विषयावर संशोधन केले. १८५८ मध्ये त्यांच्या 'पिकावरील रोग, त्याची कारणे व निवारण' या विषयावरील ग्रंथ प्रसिद्ध झाला.

१८७८ साली युरोपमध्ये द्राक्ष पिकावर केवडा रोग आढळून आला आणि त्याच्या नियंत्रणासाठी पी. ए. मिलार्दे यांनी १८८५ साली बोर्डो मिश्रण उपयुक्त असल्याचे सिद्ध केले. याच सुमारास गंधक व गंधक चुना मिश्रणाचा वनस्पतिरोग नियंत्रणासाठी मोठ्या प्रमाणावर वापर होऊ लागला. पारायुक्त कवकनाशकांचा शोधही याच सुमारास लागला. अमेरिकेत फेडरल प्लँट क्वारण्टाईन ॲक्ट (वनस्पती संसर्गरोग अधिनियम) १९१२ मध्ये अंमलात आला. या नियमामुळे अमेरिकेत वनस्पती व वनस्पतींचे अवयव आयात करताना त्यांची रोगांसाठी व इतर गोष्टीसाठी तपासणी होऊ लागली व रोगी वनस्पतींच्या आयातीवर बंधने घातली गेली. पुढे या विज्ञानशाखेत अनेक शास्त्रज्ञांनी मूलभूत संशोधन करून भर घातली व या शास्त्राची झपाट्याने वाढ होत गेली. टी. जे. बुरिल या शास्त्रज्ञांनी १८७८ साली जिवाणूमुळे सुद्धा वनस्पतिरोग होतात हे प्रथमच सिद्ध केले. त्यानंतर ई. एफ्. स्मिथ यांनी या विषयावर महत्त्वाचे संशोधन करून वनस्पतींच्या जीवाणुजन्य रोगांवर *बॅक्टिरिया इन रिलेशन टू प्लँट डिसिझेस* (३ खंड, १९०५-१४) हा ग्रंथ लिहिला. इ.स. १७४३ मध्ये टी. नीडम या शास्त्रज्ञांनी सूत्रकृमीमुळे वनस्पतिरोग

होतात, हे प्रथमतः दाखवून दिले. पुढे १८५५ मध्ये बर्कली व १८५७ मध्ये कून यांनी सूत्रकृमीमुळे होणाऱ्या पिकांच्या रोगांची माहिती दिली.

विषाणूंमुळेसुद्धा वनस्पतीमध्ये रोग होतात हे ॲडाल्फ मेयर, दिमित्री आयव्हॅनोवस्की व मार्टिनस बायजेरिंक या शास्त्रज्ञांच्या प्रयत्नामुळे सिद्ध झाले. तसेच त्यांच्यामुळे विषाणूंचा शोध लागला. सन १९३५ साली डब्ल्यू. एम. स्टॅन्ले या शास्त्रज्ञाने तंबाखूच्या विषाणुजन्य मोझॅक या रोगाच्या विषाणूचे स्फटिक स्वरूप जगासमोर मांडले. तर बावडेन व पिरी यांनी १९३६ मध्ये विषाणू हे केंद्रकीय आम्ल व प्रथिने असल्याचे सिद्ध केले. विसाव्या शतकामध्ये वनस्पतिरोग विज्ञानामध्ये खूप प्रगती झाली. हजारो वनस्पतिरोगासंबंधी संशोधन होऊन रोगांना कारणीभूत असणाऱ्या रोगकारकांबद्दल सखोल माहिती मिळवून त्यांच्या नियंत्रणासंबंधी उपाय शोधले गेले. १९४४ मध्ये इलेक्ट्रॉन सूक्ष्मदर्शकाचा शोध लागल्यानंतर विषाणू, जिवाणू व कवक यांचे आकारमान व कोशिकांची जडणघडण यावर संशोधन सुरू झाले. कवकनाशके व जिवाणुनाशके यांवरही संशोधन सुरू झाले असून नवनवीन कवकनाशके व जिवाणुनाशके उपयोगात येत आहेत. संशोधनामुळे अनेक पिकांमध्ये रोगप्रतिकारक वाण उपलब्ध झाले आहे. अशा प्रकारे वनस्पतिरोग विज्ञानातील प्रगतीमुळे रोगनियंत्रणाचे काम मोठ्या प्रमाणावर होत आहे.

भारतात ई. जे. बटलर या शास्त्रज्ञाने निरनिराळ्या पिकांवरील कवकजन्य रोगांवर बहुमोल संशोधन केले. जे. एफ. दस्तूर या बटलर यांच्या समकालीन शास्त्रज्ञांनी फायटोप्थोरा या कवकांवर संशोधन केले. बटलर यांच्यानंतर बी. बी. मुंडकूर यांनी १९४७ साली इंडियन फायटोपॅथॉलॉजिकल सोसायटी स्थापन केली (या संस्थेतर्फे इंडियन फायटोपॅथॉलॉजी हे त्रैमासिक प्रसिद्ध होते.) के. सी. मेहता यांनी गव्हाच्या तांबेऱ्यावर संशोधन केले, तर टी. एस. सदाशिवन यांनी मद्रास विद्यापीठात कवकविज्ञान व वनस्पतिरोग विज्ञान ह्या दोन विज्ञानशाखा सुरू केल्या. महाराष्ट्रात बी. एन. उप्पल, पी. एन. पटेल, एम. के. देसाई, मा. ना. कामत, सी. डी. मायी व वि. प. भिडे यांनी मुख्यत्वे जीवाणुजन्य तसेच कवकजन्य पीकरोगांवर संशोधन केले. कामत यांनी पीकरोग विज्ञानावर मराठीत *पिकांचे रोग व त्यावरील उपाय* (१९६५) हा ग्रंथ लिहिलेला आहे.

नवी दिल्ली येथील भारतीय कृषिविज्ञान संशोधन संस्थेमध्ये (इंडियन ॲग्रिकल्चरल रिसर्च इन्स्टिट्यूटमध्ये) पीकरोग विज्ञानाचा एक स्वतंत्र विभाग आहे. या विभागात पीकरोग विज्ञानामधील पदव्युत्तर, आचार्य पदवीचे शिक्षण दिले जाते. तसेच तेथे संशोधनासाठी सर्व सोयी उपलब्ध आहेत. महाराष्ट्रात पीकरोग विज्ञानाचे पदवी व पदव्युत्तर शिक्षण तसेच संशोधनाचे काम वसंतराव नाईक मराठवाडा कृषि विद्यापीठ परभणी, महात्मा फुले कृषि विद्यापीठ राहुरी, डॉ. बाळासाहेब सावंत कोकण कृषि विद्यापीठ दापोली, डॉ. पंजाबराव देशमुख कृषि विद्यापीठ अकोला या चारही कृषि विद्यापीठामध्ये चालते.

❑

३. रोगकारकांची ओळख

पिकांवर होणारे जैविक रोग हे सूक्ष्मजीवांमुळे होतात. त्यामुळे रोगांविषयी माहिती करून घेण्यापूर्वी सूक्ष्मजिवी रोगकारकांविषयी माहिती असणे आवश्यक आहे. रोग मुख्यत: कवक, जीवाणू, विषाणू, व मायकोप्लाझ्मा सारख्या अतिसूक्ष्म सजीवांमूळे होतात.

कवक व जीवाणू हे मूलत: वनस्पतिवर्गातील सजीव आहेत. ते सूक्ष्म, अपुष्प हरितलवक विरहित असतात. जरी ते वनस्पतिवर्गात मोडत असले तरी त्यांना मोठ्या वनस्पतीच्या शरीराप्रमाणे मूळ, खोड, फांद्या, फुले, फळे इ. अवयव नसतात. निसर्गाने कवक व जिवाणू यांना त्यांचा जीवनक्रम पूर्ण होण्यासाठी वेगळ्या प्रकारचे अवयव दिलेले आहेत. कवकाचे अवयव व मोठ्या वनस्पतीचे अवयव यांच्या कार्यात बरेच साम्य आहे.

सूक्ष्मजीव हे निसर्गाच्या सजीवसृष्टीचाच एक भाग असल्यामुळे त्यांना त्यांचा जीवनक्रम (वाढ, प्रजनन इ.) पूर्ण करण्यासाठी ऊर्जेची म्हणजेच अन्नाची गरज असते. परंतु मनुष्य, इतर प्राणी, कवक व जीवाणू यांच्यात हरितलवकांचा अभाव असल्याने ते वनस्पतीप्रमाणे स्वत:चे अन्न स्वत: तयार करू शकत नाहीत. यामुळे या सजीवांना अन्नासाठी हिरव्या वनस्पतीवर अवलंबून राहावे लागते. मनुष्य व इतर प्राणी आकाराने मोठे असल्यामुळे त्यांच्यात पचनसंस्था पूर्ण विकसित झालेली असते. विकसित पचनसंस्थेमुळे प्राणी हिरव्या वनस्पती खाल्ल्यानंतर शरीरात विविध पाचकरस तयार करून ते पचवतात. कवक व जीवाणू या सूक्ष्म वनस्पतिजन्य सजीवांमध्ये पचनसंस्था नसल्यामुळे कवक व जीवाणू त्यांना लागणारे अन्न म्हणजेच वनस्पती किंवा वनस्पतींच्या पेशी स्वत:च्या शरीराबाहेरच पचवून फक्त ऊर्जा साध्या साखरेच्या स्वरूपात शरीरात घेतात. यासाठी कवक व जीवाणू आपल्या शरीराबाहेर विविध पाचकरस, रसायने सोडून वनस्पतींचे अवयव किंवा पेशी पचवतात; म्हणजेच कूजवतात व पचवलेल्या पेशीचे रूपांतर साध्या साखरेत करून शरीरात शोषण करतात. या पचनप्रक्रियेला बाह्यपचन असे म्हणतात. कवकाने किंवा जिवाणूने अन्न मिळवण्यासाठी शरीराबाहेर पचवलेल्या, कूजवलेल्या, मारलेल्या पेशी, अवयव किंवा पूर्ण झाड म्हणजे त्या कवकाने किंवा जीवाणूने तयार केलेल्या रोगाची लक्षणे. उदाहरणार्थ, भुईमुगावरील टिक्का, डाळिंबावरील तेल्या, गव्हावरील तांबेरा, पानांवरील, फांद्यांवरील ठिपके, मूळकूज, भाजीपाला रोपांमध्ये रोपे कोलमडणे, पपई-संत्रे यांवरील फळकूज. कवक व जीवाणू यांच्या असंख्य प्रजाती आहेत, प्रत्येक प्रजाती ही झाडांच्या वेगवेगळ्या अवयवांवर जगते. तसेच काही विशिष्ट प्रजाती विशिष्ट वनस्पतीवरच अवलंबून असते.

विषाणू व मायकोप्लाझ्मा हे अतिसूक्ष्म अर्धसजीव प्रकारात मोडतात. यांच्यात काही गुणधर्म सजीवाचे तर काही गुणधर्म निर्जीवाचे आढळतात. विषाणू हे केंद्रकीय आम्लापासून (न्यूक्लीक ॲसिड) तयार झालेले असतात. हे वनस्पतीच्या शरीरात स्वत:हून प्रवेश करू शकत नाहीत. त्यांना वनस्पतीत

प्रवेश मिळवण्यासाठी कीटकांचा, वनस्पतींच्या रसाचा, कलम करण्यासाठी वापरण्यात येणाऱ्या फांदीचा किंवा वेगवेगळ्या आंतरमशागतीसाठी वापरण्यात येणाऱ्या अवजारांचा, हत्यारांचा आधार घ्यावा लागतो. एकच हत्यार वेगवेगळ्या झाडांसाठी वापरल्यास त्यावर लागलेल्या रसाच्या साह्याने विषाणूंचा प्रसार होतो. विषाणू हे वनस्पतीत शिरकाव केल्यानंतर वनस्पतीच्या पेशीकेंद्रकावर स्वत:चे नियंत्रण प्राप्त करतात व वनस्पतीत बदल घडवून आणतात. या झालेल्या बदलामुळे वनस्पती कमी उत्पादन देते किंवा देतच नाही व शेतकऱ्यांचे आर्थिक नुकसान होते.

जीवनचक्र

प्रत्येक सजीवाचे स्वत:चे जीवनचक्र असते. एक जीवनचक्र पूर्ण होण्यासाठी सजीवाला त्यांच्या आयुष्याच्या प्रत्येक अवस्थेतून जावे लागते. उदाहरणार्थ, ज्याप्रमाणे मनुष्यात गर्भावस्था, बाल्यावस्था कुमारावस्था, प्रौढावस्था, वार्धक्यावस्था अशा अवस्था असतात आणि प्रत्येक अवस्थेचे कार्य हे वेगवेगळे असते. (शरीराची वाढ, प्रजनन इ.), त्याचप्रमाणे मोठ्या वनस्पतीमध्ये सुद्धा बीजअवस्था, अंकुरण, रोपअवस्था, झाड अवस्था परिपक्व अवस्था अशा अवस्था असतात आणि प्रत्येक अवस्थेचे पायाभूत कार्य ठरलेले असते (शारीरिक वाढ आणि नंतर प्रजनन). वनस्पतीचा एक जीवनक्रम म्हणजे, बी पासून पुन्हा बी तयार होईपर्यंतच्या सर्व अवस्था. अगदी तसेच कवकामध्ये पहावयास मिळते. कवकामध्ये बीजाणूपासून पुन्हा बीजाणू तयार होईपर्यंतच्या सर्व अवस्था म्हणजे एक जीवनक्रम. एका सजीवाचे एक जीवनचक्र पूर्ण होईपर्यंत तो स्वत:सारखे असंख्य जीव तयार करतो, म्हणजे कवकाच्या एका बीजाणूपासून लाखो बीजाणू तयार होतात. तसेच जीवाणूमध्ये एका जीवाणूपासून लाखो जीवाणू तयार होतात.

वनस्पतीच्या जीवनचक्रात बी चे अंकुरण मातीत होते, तर कवकाच्या जीवनक्रमात बीजाणूचे अंकुरण झाडाच्या अवयवांवर होते. कवक व जिवाणू वनस्पतीमधून अन्नद्रव्य शोषून घेतात व स्वत:ची वाढ करतात. ज्याप्रमाणे वनस्पतीमध्ये शारीरिक वाढ पूर्ण झाल्यानंतर फळधारणा होते त्याप्रमाणे कवकामध्ये कायिक वाढ पूर्ण झाल्यानंतर बीजाणू तयार होतात. जीवाणू व कवकाचे बीजाणू मनुष्य, हवा, पाणी, बी, माती, अवजारे, डोळे भरणे, कलम करणे यांच्यामार्फत इतरत्र पसरतात. कवकाच्या जीवनक्रमात त्याची शारीरिक वाढ होऊन बीजाणू तयार होतात, तर जिवाणूंच्या जीवनक्रमात त्यांची संख्या वाढते. एखाद्या सजीवाची उत्पत्ती थांबवायाची असेल किंवा त्याच्यावर नियंत्रण आणायचे असेल तर त्याच्या जीवनक्रमाबद्दल माहिती असणे आवश्यक असते. जर आपण कवकाचा जीवनक्रम पूर्ण होऊ दिला नाही तर एका बीजाणूपासून लाखो बीजाणू तयार होऊ शकणार नाहीत. (उदाहरणार्थ, जर गाजर गवताचे झाड फुलोऱ्यात येण्यापूर्वी उपटून नष्ट केले म्हणजेच त्याची जीवनक्रमाची साखळी तोडली तर एका गाजरगवतापासून तयार होणारे लाखो बी आपण नियंत्रित करू शकतो व पुढील हंगामात गाजर गवताचे नियंत्रण करू शकतो.)

❑

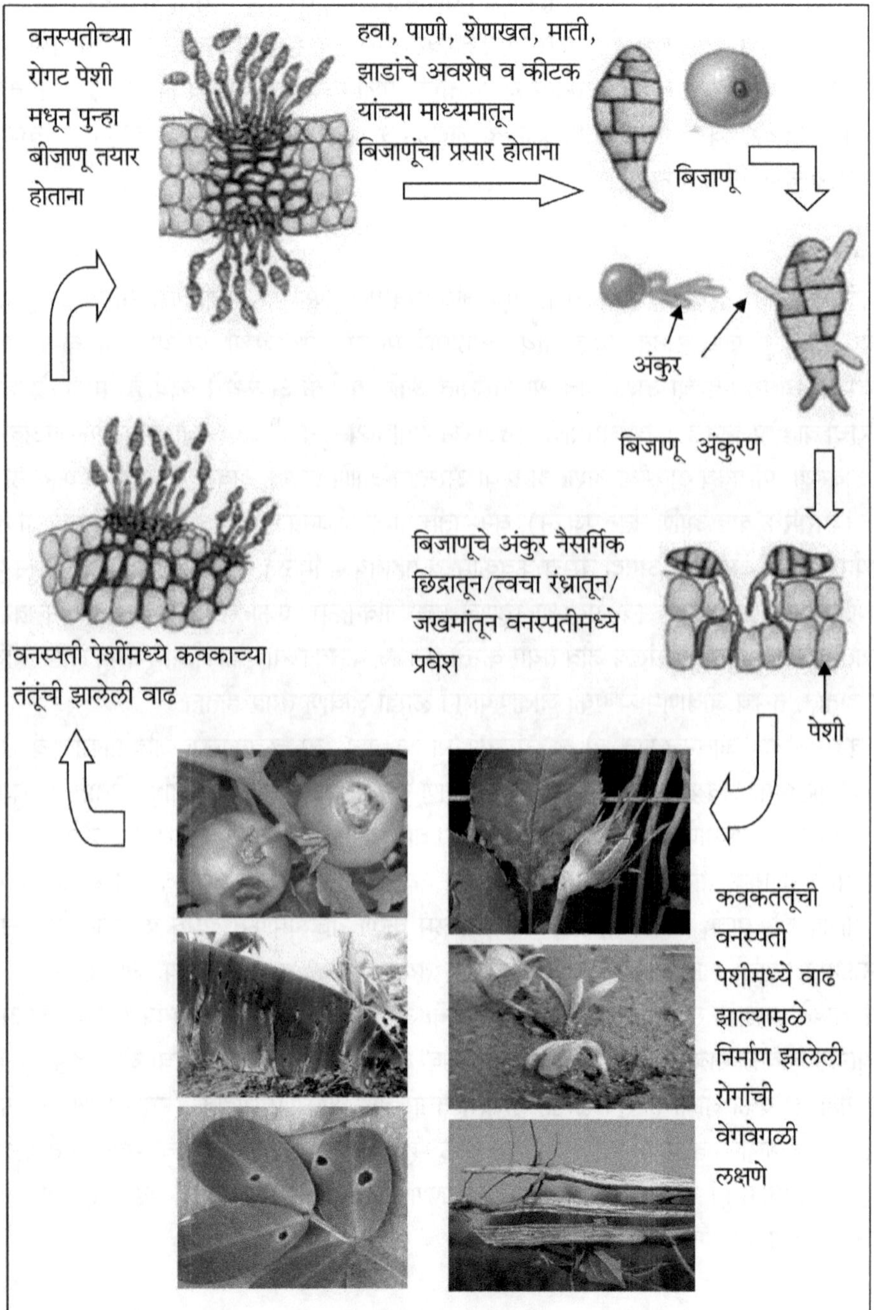
वनस्पतीच्या
रोगट पेशी
मधून पुन्हा
बीजाणू तयार
होताना
हवा, पाणी, शेणखत, माती,
झाडांचे अवशेष व कीटक
यांच्या माध्यमातून
बिजाणूंचा प्रसार होताना
बिजाणू
अंकुर
बिजाणू अंकुरण
बिजाणूचे अंकुर नैसर्गिक
छिद्रातून/त्वचा रंध्रातून/
जखमांतून वनस्पतीमध्ये
प्रवेश
पेशी
वनस्पती पेशींमध्ये कवकाच्या
तंतूंची झालेली वाढ
कवकतंतूंची
वनस्पती
पेशीमध्ये वाढ
झाल्यामुळे
निर्माण झालेली
रोगांची
वेगवेगळी
लक्षणे

कवकाचे जीवनचक्र

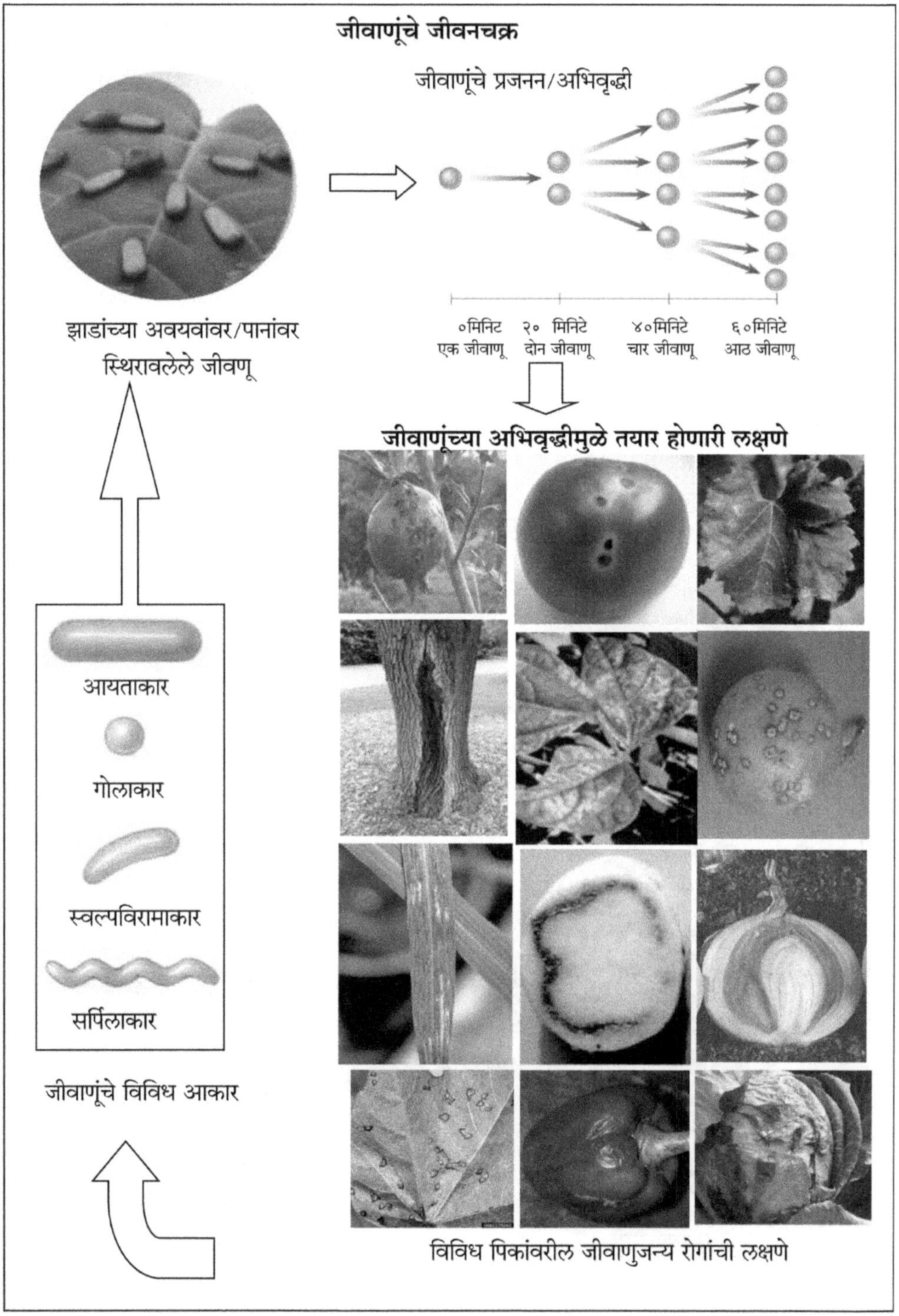

जीवाणूंचे जीवनचक्र
जीवाणूंचे प्रजनन/अभिवृद्धी
झाडांच्या अवयवांवर/पानांवर स्थिरावलेले जीवणू
०मिनिट एक जीवाणू
२० मिनिटे दोन जीवाणू
४०मिनिटे चार जीवाणू
६०मिनिटे आठ जीवाणू
जीवाणूंच्या अभिवृद्धीमुळे तयार होणारी लक्षणे
आयताकार
गोलाकार
स्वल्पविरामाकार
सर्पिलाकार
जीवाणूंचे विविध आकार
विविध पिकांवरील जीवाणुजन्य रोगांची लक्षणे

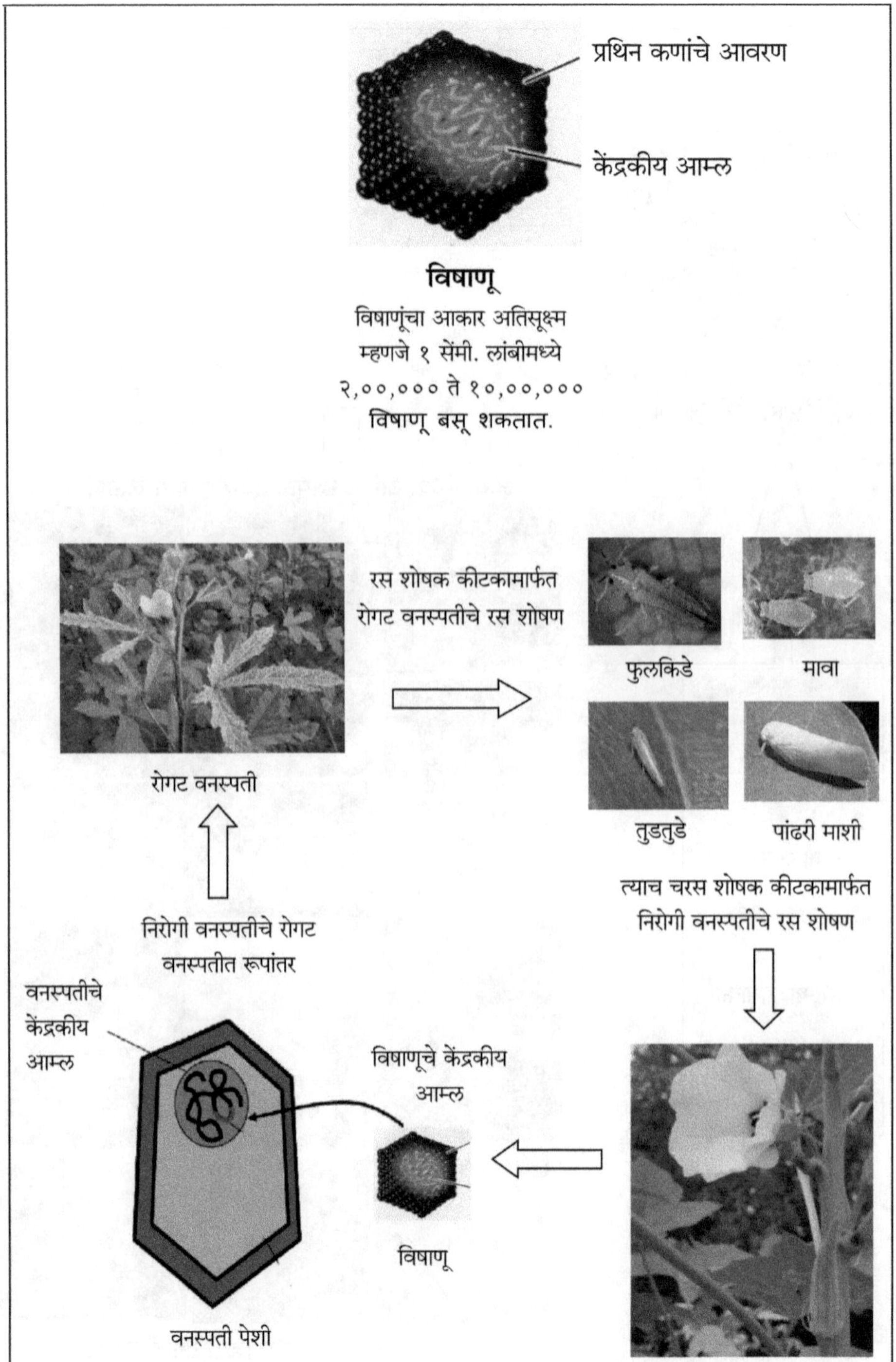
प्रथिन कणांचे आवरण
केंद्रकीय आम्ल
विषाणू
विषाणूंचा आकार अतिसूक्ष्म म्हणजे १ सेंमी. लांबीमध्ये २,००,००० ते १०,००,००० विषाणू बसू शकतात.
रस शोषक कीटकामार्फत रोगट वनस्पतीचे रस शोषण
रोगट वनस्पती
फुलकिडे
मावा
तुडतुडे
पांढरी माशी
त्याच चरस शोषक कीटकामार्फत निरोगी वनस्पतीचे रस शोषण
निरोगी वनस्पतीचे रोगट वनस्पतीत रूपांतर
वनस्पतीचे केंद्रकीय आम्ल
विषाणूचे केंद्रकीय आम्ल
विषाणू
वनस्पती पेशी

४. वनस्पतीवरील रोगांचा अभ्यास

पीकरोगाच्या अध्ययनापूर्वी रोगाचे कारण निश्चित करावे लागते. जर परोपजीवी रोगकारकामुळे रोग झाला आहे असा अंदाज असेल, तर यजमान पिकापासून रोगकारक वेगळा करून त्याला निरनिराळ्या कृत्रिम माध्यमांवर वाढवून, त्याचे संवर्धन संवेदनशील पिकांवर करून विकृतिकारकता (रोग निर्माण करण्याची क्षमता) या बाबीचा अभ्यास करावा लागतो. रोगाचे कारण निश्चित करण्यासाठी रॉबर्ट कोक या शास्त्रज्ञांने काही गृहीतके प्रस्थापित केली आहेत. ती थोडक्यात पुढीलप्रमाणे आहेत : (१) विशिष्ट रोगामागे विशिष्ट रोगकारक आढळून येतो. (२) रोगकारक रोगट वनस्पतीपासून वेगळा करून त्याचे शुद्ध स्वरूपात संवर्धन करता आले पाहिजे. (३) शुद्ध संवर्धक रोगकारक निरोगी यजमान पिकावर टाकल्यावर यजमान वनस्पतीत रोगोद्भव झाला पाहिजे आणि रोगाची लक्षणे ज्या रोगट पिकापासून रोगकारक वेगळा केला होता त्या वनस्पतीच्या लक्षणांशी जुळली पाहिजे, (४) रोगोद्भव केलेल्या वनस्पतीतून रोगकारकाचे पुन्हा विलगीकरण केल्यावर त्याचे मूळ शुद्ध संवर्धित रोगकारकाशी गुणधर्माच्या बाबतीत साम्य असले पाहिजे. असे साम्य आढळल्यास तो संबंधित रोग हा मूळ रोगट वनस्पतीपासून विलग केलेल्या रोगकारकामुळेच झाला आहे असे सिद्ध होते व नंतर त्या रोगकारकाचा संवर्धकावर अभ्यास केला जातो.

जीवाणू व वैकल्पिक स्वरूपाची कवके यांच्या वाढीसाठी पोटॅटो डेक्स्ट्रोज आगर किंवा ओट मील आगर यासारख्या कृत्रिम संवर्धन माध्यमाचा प्रयोगशाळेत उपयोग केला जातो. परंतु विषाणू व सदापरोपजीवी कवके (उदाहरणार्थ, तांबेरा, भुरी, द्राक्षावरील केवडा) कृत्रिम संवर्धन माध्यमावर वाढू शकत नाहीत. त्यांच्या वाढीसाठी जिवंत वनस्पतींची आवश्यकता असते. यासाठी अशा प्रकारच्या रोगकारकांच्या संवर्धनासाठी त्या त्या यजमान वनस्पतीचा उपयोग केला जातो.

पीकरोगाची लक्षणे व चिन्हे

वनस्पतीमध्ये रोगाच्या प्रादुर्भावामुळे भौतिक व शरीरक्रियात्मक फरक दिसून येतात. या फरकामुळे रोगी वनस्पती निरोगी वनस्पतीहून निराळ्या दिसतात. रोग उद्भवल्यामुळे वनस्पतीमध्ये बाह्यतः दिसून येणाऱ्या शरीरक्रियात्मक बदलाला लक्षणे म्हणतात. रोगाचे निदान करण्यासाठी लक्षणांचा पुष्कळ उपयोग होतो. परंतु काही बाबतीत निरनिराळ्या रोगांची लक्षणे सारखीच असू शकतात. अशा वेळी अचूक निदानासाठी निश्चित कारण शोधून काढणे आवश्यक असते. त्यासाठी रोगकारकाचा पुरावा असणे किंवा चिन्ह दिसणे आवश्यक आहे. काही रोगांमध्ये बाह्यतः कोणतेच लक्षण दिसत नाही. (उदाहरणार्थ, बटाट्याचे विषाणुजन्य रोग) ; तथापि अशा रोगामुळे सुद्धा उत्पादनात घट आल्याचे दिसून येते. काही रोगांमध्ये वनस्पतीच्या बाह्य अगर अंतर्भागात रोगकारकाची वाढ झालेली दिसते. त्यामुळे रोग झाल्याचे सिद्ध करता येते. रोगाच्या

अशा प्रकारच्या पुराव्याला चिन्ह अशी संज्ञा आहे. उदाहरणार्थ, गव्हावरील तांबेरा, द्राक्षावरील केवडा व भुरी यांच्या बाबतीत इतर पुराव्याची जरुरी भासत नाही. याउलट अंतर्गत रोगात असा पुरावा, रोगट भाग सूक्ष्मदर्शकाखाली तपासून अथवा रोगकारकाचे विलगीकरण करून मिळतो; उदाहरणार्थ, तुरीवरील मर रोग, भाजीपाला पिकांची रोपे कोलमडणे, माना टाकणे यासारखे रोग.

वनस्पतिरोगाच्या लक्षणांचे प्रकार

(१) ऊती मरणे, (Necrosis) (२) अवयव मोठा होणे (Hyperplasia) (३) अवयव लहान होणे (Hypoplasia).

(१) ऊती मरणे

ऊती म्हणजे समान रचना व कार्य असलेल्या पेशींचा समूह. ऊती मरणे हा एक निरनिराळ्या लक्षणांचा समूह आहे. फांदीच्या, खोडाच्या ऊतीमध्ये रोगकारकाची वाढ होते. परिणामी संपूर्ण वनस्पतीचा अथवा वनस्पतींचा काही भाग वा काही पेशीजाल मृत होतात. यामध्ये खालील लक्षणांचा समावेश होतो.

(अ) पानांवरील ठिपके (लिफस्पॉट) : रोगाची लागण झालेला भाग रोगामुळे प्रथम पिवळा, त्यानंतर तपकिरी किंवा काळा पडतो. (उदाहरणार्थ, भुईमुगाचा टिक्का रोग). ज्यावेळी पानांवरील ठिपक्याचा भाग गळून पडतो त्या वेळी पानाला गोल छिद्रे पडतात.

(आ) करपा (ब्लाईट अथवा ब्लास्ट) : वनस्पतीची पाने, फांदी, शेंडा अगर संपूर्ण वनस्पती जलद गतीने वाळते आणि वाळलेला भाग जळाल्यासारखा (करपल्यासारखा) दिसतो (उदाहरणार्थ, भातावरील करपा). यात कवकामुळे होणारा करपा (ब्लास्ट) व जिवाणू होणारा कडा करपा (ब्लाईट) असा फरक आहे. सुरुवातीला लहानलहान ठिपक्यांच्या स्वरूपात लक्षणे सुरू होतात. अशा लहान ठिपक्यांचा आकार मोठा होत जाऊन ठिपके एकमेकांत मिसळतात व पानाचा मोठा भाग किंवा पाने करपल्यासारखी दिसतात यालाच करपा म्हणतात.

(इ) व्रण अथवा कँकर : झाडांच्या पानावर, फळांवर, फांद्यांवर वाळलेल्या लाकडाच्या रंगाचे खरबडीत उंचवटे तयार होतात. रोगाची व्याप्ती वाढल्यास संपूर्ण फांदी अथवा संपूर्ण झाड वाळते. उदाहरणार्थ, लिंबू, आंबा व इतर फळझाडांच्या फळांवरील व खोडावरील खैरा.

(ई) काळा व्रण (अ‍ॅन्थ्रॅक्नोज) : या लक्षणात रोगामुळे वनस्पतीची बाह्य साल व ऊती यांचा नाश होतो. रोगट भाग खोलगट होऊन त्याच्या कडा काहीशा उंच होतात. उदाहरणार्थ, द्राक्षे, घेवडा, मिरची यांवरील काळा व्रण अथवा अ‍ॅन्थ्रॅक्नोज रोग.

(उ) कूज (रॉट) : हे लक्षण असलेल्या रोगात वनस्पतीची आंतरसाल, बाह्यसाल व रस वाहणाऱ्या ऊती मृत होऊन कूजतात. कूजण्याची क्रिया कवकामुळे किंवा जिवाणूमुळे होते. वनस्पतींच्या निरनिराळ्या भागांवर उदाहरणार्थ, मूळ, खोड, कळ्या, फुले, फळे, इ. कूज आढळून येते. यास अवयवानुसार मूळ कूज, खोड कूज, फळ कूज अशी नावे आहेत. कूजलेल्या भागाच्या रंगावरूनही काळी कूज, लाल कूज अशी नावे आहेत. कूजलेला भाग घट्ट व कोरडा असल्यास कोरडी कूज व मऊ असल्यास मऊ कूज

आणि कूजणाऱ्या भागातून स्राव होत असल्यास ओली कूज असे म्हणतात. ही लक्षणे बटाटे व फळे यांच्या साठवणीमध्ये जास्त प्रमाणात आढळून येतात व त्यामागे जैविक अगर अजैविक कारणे असू शकतात.

(ऊ) मर (विल्ट) : या लक्षणात रोगट वनस्पती पाण्याअभावी वाळल्यासारखी दिसते. प्रथम पाने व शेंड्याकडील भाग कोमेजून मान टाकल्यासारखा दिसतो. नंतर शेंड्याकडील भाग अगर संपूर्ण वनस्पती वाळते. वनस्पतींच्या मुळांना इजा झाल्याने अथवा जलवाहिन्यांत कवक किंवा जीवाणूंची वाढ झाल्यामुळे अथवा रोगकारकातून स्रवणाऱ्या विषारी द्रव्यामुळे मर रोग होतो. उदाहरणार्थ, तूर, हरभरा, वाटाणा या पिकांवरील मर रोग.

(ए) रोपांची कूज अथवा रोपे कोलमडून पडणे : (डॅम्पिंग ऑफ) रोपांच्या जमिनीलगतचा खोडाचा भाग कूजल्यामुळे रोपे मान टाकल्यासारखी पडतात. उदाहरणार्थ, टोमॅटो, मिरची, भाजीपाल्याच्या रोपांची कूज.

(ऐ) स्राव : रोगकारकामुळे वनस्पतीतून निरनिराळे स्राव बाहेर पडतात. ते वनस्पतींना हानिकारक असतात. उदाहरणार्थ, लिंबूवर्गीय (सिट्रस) फळझाडांचा डिंक्या रोग. नारळाच्या व सुपारीच्या झाडातून रोगकारकामूळे साल तडकून त्यातून डिंकासारखा स्राव होतो.

२. अधिवृद्धी / अवयव मोठा होणे (Hyperplasia)

या प्रकारात वनस्पतींच्या विशिष्ट भागातील पेशींच्या संख्येत प्रमाणाबाहेर वाढ होते अथवा त्या भागातील कोशिका आकारमानाने मोठ्या होतात. यामुळे रोगट भागाची अस्वाभाविक वाढ होते. अधिवृद्धीमुळे मुळावर, खोडावर व पानावर गाठी उद्‌भवतात. कवक, जीवाणू, विषाणू, सूत्रकृमी, कीटक, वनस्पतिवृद्धिनियंत्रक रासायनिक द्रव्ये आणि २, ४ डी सारखी तणनाशके यामुळे सुद्धा गाठी निर्माण होतात. कोबीच्या मुळावरील गाठी, पपईचा पानवळी रोग आणि बटाटे, मिरची, वांगी यासारख्या पिकांच्या मुळांवरील सूत्रकृमिजन्य गाठी ही या लक्षणाची उदाहरणे आहेत. बाजरीच्या केवडा रोगातील पर्णमय कणीस (झिपरी) हाही अधिवृद्धीचाच प्रकार होय.

३. अपवृद्धी / अवयव लहान होणे (Hypoplasia)

वनस्पतीची योग्य प्रमाणात वाढ न झाल्यामुळे तिच्यातील हरितद्रव्य कमी होते, वनस्पतीच्या विशिष्ट भागाची अथवा संपूर्ण वनस्पतीची वाढ खुंटते. संपूर्ण वनस्पती अथवा पाने कमी-जास्त प्रमाणात पिवळी होणे, पानांवरील मोझॅक रोग, पानांचे आकारमान लहान होऊन त्यांचे झुबके तयार होणे (लघुपर्ण) ही लक्षणे या प्रकारात येतात. विषाणू रोगात ही लक्षणे प्रामुख्याने आढळून येतात. उदाहरणार्थ, भेंडी, तंबाखू, पपई या पिकांवर आढळून येणारा मोझॅक रोग आणि वांगे, मिरची, तीळ, टोमॅटो यांच्या मध्ये फायटोप्लाझ्मामुळे होणारा लघुपर्ण रोग.

❑

५. पीकरोगांची कारणे

वनस्पतीच्या रोगांचे वर्गीकरण या सदरात नमूद केल्यानुसार वनस्पतिरोग परोपजीवी किंवा अपरोपजीवी कारणामुळे होतात.

१. परोपजीवी रोगाची कारणे

कवक, जीवाणू, परोपजीवी सपुष्प वनस्पती, व सूत्रकृमी.

(१) कवक

हा वनस्पतीचा अल्पविकसित व हरितद्रव्यविरहित सूक्ष्म प्रकार आहे. कवकाला मुळे, खोड अथवा पाने नसतात. त्यांची संरचना तंतुमय असते आणि या तंतूंना कवकतंतू म्हणतात व तंतुमय रचनेला कवकजाल म्हणतात. कवकाची पुनरुत्पत्ती बीजाणूमुळे, कवकतंतुमुळे किंवा कवकाने सुप्त अवस्थेसाठी तयार केलेल्या कवकजालाच्या घट्ट गाठीद्वारे होते. शिळ्या भाकरीवरील, ब्रेडवरील बुरशी हा कवकाचा प्रकार सर्वांच्या परिचयाचा आहे.

पोषणावर आधारित कवकाचे दोन प्रकार आहेत. (१) मृतोपजीवी (२) परोपजीवी.

मृतोपजीवी

कवक मृतपेशीमधील कार्बनी पदार्थावर आपले पोषण करतात (उदाहरणार्थ, भाकरीवरील बुरशी). परोपजीवी कवके सजीव वनस्पतीवर आपले पोषण करतात. त्यापैकी काही संपूर्णपणे परोपजीवी असतात, त्यांना सदापरोपजीवी म्हणतात. (उदाहरणार्थ, गव्हावरील तांबेरा). काही कवके मूलतः परोपजीवी असतात, परंतु त्यांच्या जीवनचक्राच्या काही काळात ते मृतपेशीवर जगू शकतात, मात्र त्यांचे जीवनचक्र यजमान वनस्पतीवाचून पूर्ण होत नाही, अशा कवकांना वैकल्पिक मृतोपजीवी म्हणतात. (उदाहरणार्थ, काणीची बुरशी). याउलट काही कवके सामान्यतः मृतोपजीवी असतात. परंतु विशिष्ट परिस्थितीत ते सजीव पेशींवर सुद्धा उदरनिर्वाह करतात. अशा कवकांना वैकल्पिक परोपजीवी म्हणतात. उदाहरणार्थ, तुरीवरील मर रोग, मिरची, टोमॅटोवरील रोपांचा मर रोग इत्यादी.

मृतोपजीवी, परोपजीवी, सदापरोपजीवी, वैकल्पिक मृतोपजीवी, वैकल्पिक परोपजीवी या संज्ञा व त्यांचा अर्थ माहिती असणे शेतकऱ्याला अत्यंत आवश्यक आहे. कारण कोणते रोग कुठे जिवंत राहतात हे माहीत असेल तर त्यांचे नियंत्रण करणे अधिक सोपे होते. उदाहरणार्थ, मृतोपजीवी रोग हे निर्जीव घटकांवर जिवंत राहात असल्यामुळे वनस्पतींचे मृत अवयव, शेणखत, शेतात पडलेली फळे, पाने, फांद्या यावर ते जिवंत राहतात व पिकांमध्ये रोग निर्माण करतात. यांच्या नियंत्रणासाठी शेत स्वच्छ ठेवावे व वनस्पतीचे मृत अवयव गोळा करून नष्ट करावे.

सदापरोपजीवी

असे रोगकारक फक्त सजीव वनस्पतींवर जिवंत राहतात. त्यामुळे एखाद्या पिकाचा हंगाम नसताना त्या पिकांचे एखादे झाड, किंवा त्या पिकाच्या वर्गातले झाड शेतात राहिल्यास असे रोग त्या झाडावर त्यांचा नियमित हंगाम सुरू होईपर्यंत जिवंत राहतात व पुढील हंगामात रोगाचा प्रादुर्भाव निर्माण करतात. उदाहरणार्थ, तांबेरा, भुरी, केवडा व विषाणुजन्य रोग.

वैकल्पिक मृतोपजीवी किंवा वैकल्पिक परोपजीवी रोग :

असे रोगकारक सजीव पेशी तसेच मृत पेशींवर सुद्धा जगू शकत असल्याने यांचा प्रादुर्भाव जास्त प्रमाणात आढळतो. यांच्या नियंत्रणासाठी मृतोपजीवी व सदापरोपजीवी रोगांच्या नियंत्रणासाठीचे दोन्ही उपाय करावे लागतात. उदाहरणार्थ, मर, मूळ कूज इत्यादी.

आर्थिकदृष्ट्या महत्त्वाच्या सर्व वनस्पतीवर किंवा पिकांवर कवकांमुळे रोग होतात. इतकेच नव्हे तर वनस्पतिरोगांपैकी बहुसंख्य रोग कवकांमुळे होतात.

महत्त्वाचे कवकजन्य रोग

अ.क्र	रोग	यजमान पिके
१	तांबेरा	गहू, ज्वारी, बाजरी, मका, ऊस, अंजीर, वाटाणा, सोयाबीन, भुईमूग, करडई, जवस इत्यादी
२	काणी	मका, ज्वारी, बाजरी, गहू, ऊस इत्यादी
३	भुरी	गहू, वाटाणा, मूग, तूर, उडीद, द्राक्ष, आंबा, साग, काकडी, टरबूज, तीळ, सूर्यफूल इत्यादी
४	केवडा	ऊस, मका, ज्वारी, सूर्यफूल, द्राक्ष, काकडी, फुलकोबी, वाटाणा, इत्यादी
५	मर	तूर, हरभरा, कापूस, ऊस, पानवेल, डाळींब, बोर, एरंड, करडई, जवस इत्यादी
६	टिक्का	भुईमूग, ज्वारी, कापूस, तीळ, मूग, उडीद, हळद, लसूण, भात, ज्वारी, मका, गहू, सूर्यफूल, हरभरा, बटाटा इत्यादी
७	करपा	भात, ज्वारी, मका, गहू, सूर्यफूल, हरभरा, बटाटा इत्यादी
८	कोळशी/कूज	ज्वारी, मका, ऊस इ. (कडकड्या)
९	अरगट	ज्वारी, बाजरी इत्यादी
१०	मूळ कूज	कापूस
११	दह्या/कवडी	कापूस, भेंडी इत्यादी
१२	खोड कूज	पपई, नारळ इत्यादी
१३	डिंक्या	मोसंबी, लिंबू इत्यादी

(२) जीवाणू

जीवाणूंमुळेसुद्धा वनस्पतिरोग होतात हे बुरिल या शास्त्रज्ञाने१८७८मध्ये सिद्ध केले. जीवाणूचे अस्तित्व जवळजवळ सर्वच ठिकाणी (उदाहरणार्थ, माती, पाणी, हवा) असते. जिवाणू हे एकपेशीय असून त्यांच्या पेशीतील केंद्रक हा अर्धविकसित असतो. कवकाप्रमाणे जिवाणुदेखील अपुष्प सूक्ष्म वनस्पतीच असतात. त्यांना इतर वनस्पतींप्रमाणे मूळ, खोड, फांद्या, फुले, पाने इत्यादी अवयव नसतात तर कवकाप्रमाणे तंतू, बिजाणूधानी, तंतुजाल असेही अवयव नसतात. सामान्यतः जिवाणूचा आकार, दंडाकृती, लांबट गोल किंवा गोल (वर्तुळाकार) असतो. त्यांची पुनरुत्पत्ती पेशीविभाजनामुळे होते. एका जिवाणू पेशीपासून दोन, दोनापासून चार, चारचे आठ, आठचे सोळा या वेगाने पुनरुत्पत्ती होते व काही तासात ही संख्या लाखाच्या घरात पोहोचते. याचाच अर्थ जिवाणूंची वाढ होणे म्हणजे त्यांच्या आकारात वाढ न होता संख्येत वाढ होणे.

जीवाणूंचा वनस्पतीमध्ये प्रवेश पुढील मार्गांनी होतो :

(१) नैसर्गिक छिद्रे, जलउत्सर्जक रंध्रे, (२) जखमा, (३) मूळरोम (Hydathodes and lenteels) (पाणी व जमिनीतील मूलद्रव्ये शोषून घेणाऱ्या मुळांवरील बारीक नलिकाकार भाग) (४) फुलाचा परागीभवनाचा मार्ग.

जीवाणूंमुळे होणाऱ्या रोगात पानांवरील ठिपके, गाठ किंवा अधिवृद्धी व मर मुख्य रोग आहेत. पानांवरील कोनाकृती ठिपके या रोगात रोगकारक जिवाणू जखमा, जलरंध्रे (ज्यातून पाणी बाहेर टाकले जाते अशी पानाच्या कडांवरील शिरेच्या टोकाला असलेली रंध्रे) याद्वारे प्रवेश करतात आणि पेशीतील अन्नशोषण करून वाढतात. परिणामी पेशी मरतात व त्या जागी पानावर पिवळे ठिपके पडतात. काही रोगांत जिवाणूंचा पानात शिरकाव झाल्यावर ते वनस्पतीच्या जलवाहक तंतूत प्रवेश करतात व तिथे त्यांची वाढ झाल्याने झाड मरते (उदाहरणार्थ, बटाट्याचा बांगडी रोग). इतर काही रोगांत पानात शिरलेल्या जिवाणूंची वाढ जलदगतीने होते आणि संपूर्ण पाने व फांद्या वाळून गेल्यासारख्या दिसतात. कूज या रोगात दोन पेशींना जोडणाऱ्या मध्यपटलावर रोगकारक सूक्ष्मजंतू हल्ला करतात. त्यामुळे पेशी एकमेकांपासून अलग होतात व मरतात. मेलेल्या भागावर इतर जिवाणूंच्या क्रियेमुळे तो भाग कूजून घाण सुटते (उदाहरणार्थ, बटाटे, कोबी व फुलकोबी यांची कूज). काही जीवाणुजन्य रोगात रोग झालेली पेशींची वाढ झाल्यामुळे गाठी उद्‌भवतात तर काही रोगात वनस्पतींना अनेक मुळे फुटून मुळांची दाटी होते.

जिवाणूंमुळे होणारे काही महत्त्वाचे वनस्पतिरोग

अ.क्र.	रोग	यजमान पिके
१	करपा	भात
२	कँकर	लिंबू
३	कोनीय ठिपके	कापूस, तीळ, एरंडी, तूर, मूग, उडीद, सोयाबीन
४	वाढ खुंटते	ऊस
५	तेल्या	डाळींब

(३) परोपजीवी सपुष्प वनस्पती

या वर्गातील काही वनस्पती यजमान वनस्पतीच्या खोडावर, मुळांवर वाढतात. काही परोपजीवी वनस्पतींमध्ये हरितद्रव्य नसते त्यामुळे पोषणासाठी त्या यजमान वनस्पतीवर पूर्णपणे अवलंबून असतात, तर काही हरितद्रव्ययुक्त परोपजीवी वनस्पती यजमान वनस्पतीवर अंशतः अवलंबून असतात. अशा प्रकारच्या वनस्पती यजमान वनस्पतीतून मूलद्रव्ये आणि पाणी शोषून घेतात आणि स्वतःच्या पानातील हरितद्रव्याच्या साह्याने कार्बोहायड्रेट घटक तयार करतात. परोपजीवी सपुष्प वनस्पतींची उदाहरणे : (१) निरनिराळ्या वनस्पतींवर वाढणारी पिवळी अमरवेल, (२) आंबा व इतर वनस्पतींवर वाढणारी बांडगुळे (लोरॅंथस),(३) तंबाखू, वांगी, टोमॅटो वगैरे पिकांवरील बंबाखू (४) ज्वारी, ऊस, मका या पिकांवरील टारफुला (स्ट्रायगा). यापैकी अमरवेल व बंबाखू यामध्ये हरितद्रव्य नसते, त्यामुळे त्या पोषणासाठी संपूर्णपणे यजमान वनस्पतीवर अवलंबून असतात. बांडगूळ व टारफुला या वनस्पतींमध्ये हरितद्रव्य असल्यामुळे या यजमान वनस्पतीवर अंशतः अवलंबून असतात.

(४) सूत्रकृमी

वनस्पतिरोगकारक सूत्रकृमी हे गोलकृमी असून ते सूक्ष्म (१ मि.मि. अथवा त्याहूनही लहान) असतात. त्यांच्या बहुसंख्य जाती जमिनीत आढळतात व वनस्पतीच्या मुळांत शिरून तेथे वाढतात. त्यामुळे मुळांवर गाठी उत्पन्न होतात. या गाठीमध्ये असंख्य सूत्रकृमी असतात. मुळांवरील सूत्रकृमीमूळे पिकांची वाढ खुंटते व उत्पन्नात घट येते. वांगी, टोमॅटो, कापूस वगैरे वनस्पतीमध्ये मुळांवरील सूत्रकृमिजन्य रोग दिसून येतो. यांच्या नियंत्रणासाठी शेताच्या बांधावर झेंडूच्या लागवडीची शिफारस केली जाते.

२. अपरोपजीवी रोग

असे वनस्पतिरोग हे न पसरणारे असतात. म्हणजे त्यांचा प्रसार हवा, पाणी, कीटक यासारख्या माध्यमपासून होत नाही. या रोगांमुळे मोठ्या प्रमाणात आर्थिक नुकसान होत नाही. या रोगांसाठी खालील गोष्टी कारणीभूत असतात.

(अ) जमिनीतील घटक : पाण्याचा अभाव किंवा अधिक्य, आम्लता तसेच क्षारता, मूलद्रव्याचा अभाव व आधिक्य, ऑक्सिजनचा अपुरा पुरवठा.

(आ) वातावरणातील घटक : प्रकाशाचा अभाव, प्रतिकूल हवामान, हिमवर्षा, गारा, वादळीवारे, अधिक तापमान इत्यादी

(इ) इतर कारणे : पिकांच्या मशागती दरम्यान झाडास होणारी इजा, रासायनिक कीटकनाशक, रोगनाशक, तणनाशकांचा अवास्तव वापर.

(ई) प्रदूषके : हवा प्रदूषके, पाणी प्रदूषके इत्यादी

मूलद्रव्याच्या कमतरतेमुळे होणारे रोग

अ.क्र	रोगाची कारणे	रोग
१	झिंक (Zn) कमतरता	भात पिकामधील खैरा
२	मॅग्नेशियम (Mg) अभाव	कापूस पिकातील लाल्या

३	नत्र (N) कमतरता	कापूस, तीळ, एरंडी, तूर, मूग, उडीद, सोयाबीन
४	स्फुरद (P) कमतरता	झाडांच्या मुळांची वाढ कमी होऊन मुळे कमकुवत होतात.
५	गंधक (S) कमतरता	झाडाची रोगप्रतिकारक क्षमता कमी होते.
६	इजा (2-4D)	कापूस पिकातील (2-4D)ची इजा, पाने लांबट होतात.
७	अधिक तापमान	बटाट्याचा अंतर्भाग काळा पडणे.

(उ) विषाणू व मायकोप्लाझ्मामुळे होणारे रोग

(अ) विषाणूंमुळे होणारे रोग : रोगकारकामध्ये विषाणूला फार महत्त्वाचे स्थान आहे. विषाणूचे बरेच गुणधर्म सजीवाप्रमाणे आहेत, परंतु काही गुणधर्म निर्जीवाप्रमाणे आहेत, म्हणून सजीव व निर्जीव या दोन्ही वर्गामध्ये त्याचा समावेश करता येत नाही. रोगकारकाचा हा एक वेगळाच प्रकार मानला जातो. संशोधनानंतर विषाणू हे केंद्रकीय प्रथिने (न्यूक्लिओप्रोटिन) असल्याचे सिद्ध झाले आहे. विषाणूचे अस्तित्व पाहण्यासाठी इलेक्ट्रॉन सूक्ष्मदर्शकाचा उपयोग करावा लागतो कारण ते जिवाणूंपेक्षा अतिसूक्ष्म असतात. त्यांच्या वाढीसाठी सजीव वनस्पतीचीच आवश्यकता असते. विषाणूंचा वनस्पतीत प्रवेश आंतरमशागतीसाठी वापरलेल्या हत्याराने, किंवा कलम करण्याच्या क्रियेत रोगट वनस्पतीतून निरोगी वनस्पतीत विषाणूचा प्रवेश होऊ शकतो. प्रवेश झाल्यावर वनस्पतींच्या पेशीकेंद्रकावर विषाणू स्वतःचे नियंत्रण मिळवतात व त्याच्याकरवी विषाणू हवी ती प्रथिने तयार करतात व झाडांचा नैसर्गिक समतोल बिघडवतात. याचा परिणाम म्हणून झाडाची उत्पादनक्षमता कमी होते. विषाणुजन्य रोगात वनस्पतीचा मृत्यू होत नसला तरी वाढ खुंटून उत्पादनात घट येते. तसेच झाडांच्या अवयवात आकारिक बदल होणे, पानाच्या रंगात बदल होणे अशी लक्षणे आढळतात.

विषाणुजन्य वनस्पतिरोग

अ.क्र.	रोग	पिके
१	केवडा (मोझॅक)	भेंडी, पपई, केळी, सोयाबीन, करडई, सूर्यफूल, तंबाखू, ऊस
२	पाने पिवळा होणारा (मोझॅक)	मूग, उडीद
३	पाने गोळा होणे (क्रिकल)	मूग, उडीद, पपई
४	करपा (नेक्रासीस)	सूर्यफूल, भुईमूग

(आ) मायकोप्लाझ्मामुळे होणारे वनस्पतिरोग : मायकोप्लाझ्मामुळे प्राण्यांना रोग होतात याची माहिती पूर्वी प्राणिरोगशास्त्रज्ञांना होती; पण १९६७ सालापासून काही वनस्पतिरोग मायकोप्लाझ्मामुळे होतात, असे सिद्ध झाले आहे. त्यापूर्वी हे रोग विषाणूमूळे होत असावेत, अशी शंका होती. जपानी शास्त्रज्ञ डॉय व इतर (१९६७) यांनी यावर सर्वप्रथम प्रकाश टाकला. मायकोप्लाझ्मा हे विषाणूप्रमाणे अतिसूक्ष्म छिद्रातून गाळले जात असल्यामुळे तसेच मायकोप्लाझ्मा टेट्रासायक्लीन या प्रतिजैवकास (अँटिबायोटिक) संवेदनशील असल्यामुळे मायकोप्लाझ्मामुळे होणाऱ्या रोगाची माहिती मिळाली. वनस्पतींना रोग तयार

करणाऱ्या मायकोप्लाझ्माला फायटोप्लाझ्मा असे मानले जाते. फायटोप्लाझ्मामुळे होणारे काही वनस्पतिरोग पुढीलप्रमाणे आहे :

अ.क्र.	रोग	पीक	उपाययोजना
१	गवत्या	ऊस	• या रोगाच्या नियंत्रणासाठी रोगाची लक्षणे दिसताच प्रादुर्भावग्रस्त ऊस मुळासहित उपटून नष्ट करावा. • तसेच अशा पादुर्भावग्रस्त ऊसासाठी वापरलेले हत्यार स्वच्छ धुऊन निर्जंतुक करूनच नंतर वापरावे. बेण्याची निवड गवत्यारोगविरहित शेतातून करावी. • लागवडीपूर्वी बेणे एक तासासाठी ५२° सें. तापमानाच्या पाण्यात बुडवावे किंवा लेडरमायसिन ५००-१००० मिलीग्रॅम प्रतिलिटर पाणी या प्रमाणात द्रावण करून त्यामध्ये बुडवून घ्यावे. • या रोगाचा प्रसार मावा व तुडतुडे या रस शोषणाऱ्या कीटकांच्या मार्फत होत असल्यामुळे या कीटकांच्या नियंत्रणासाठी मॅलॅथिऑन किंवा डायमिथोएट २ मिली प्रतिलिटर पाणी या प्रमाणात फवारावे.
२	बोकड्या (पर्णगुच्छ तयार होणे)	वांगी, मिरची, तीळ	या रोगाची लक्षणे दिसताच प्रादुर्भावग्रस्त झाड मुळासहित उपटून नष्ट करावे. तसेच कीटकांच्या नियंत्रणासाठी कीटकनाशकांचा वापर करावा.

❑

६. रोगकारकांचा वनस्पतीत प्रवेश

वनस्पतीत रोग उद्‌भवण्यासाठी रोगकारकाचा वनस्पतीत प्रवेश होऊन त्याची वाढ व्हावी लागते. कवक, जीवाणू, विषाणू वगैरे रोगकारक परोपजीवी असल्यामुळे वनस्पतीत तयार झालेल्या अन्नावर ते वाढतात. त्यामुळे वनस्पतीचा अन्नपुरवठा कमी होतो, परिणामी वनस्पतीची नैसर्गिक वाढ होत नाही. तसेच रोगकारक, वनस्पतीतील अन्नद्रव्यावर व पेशींवर रासायनिक क्रिया घडवून आणतात त्यामुळे रोगाची निरनिराळी लक्षणे उद्‌भवतात.

वनस्पतीत रोगकारकाचा प्रवेश झाल्यापासून लक्षणे दिसून येण्यास काही काळ लागतो. या काळास परिपाक काळ असे म्हणतात. या काळात रोगकारकाच्या वाढीसाठी हवामान अनुकूल असल्यास रोग जलद गतीने वाढतो व त्याची तीव्रताही अधिक असते. कवकाचा वनस्पतीमध्ये प्रवेश होण्यासाठी प्रथम बीजाणूंचे अंकुरण होणे आवश्यक असते. बीजाणूंच्या अंकुरणानंतर जनननलिका तयार होतात व या जनननलिका वनस्पतीमध्ये निरनिराळ्या मार्गांनी प्रवेश करतात. (उदाहरणार्थ, जलरंध्रे, जखमा इत्यादी) बीजाणूंचे अंकुरण होण्यासाठी काही बाबी आवश्यक असतात. सर्वांत महत्त्वाची बाब म्हणजे बीजाणू अंकुरणक्षम असावे लागतात. काही बीजाणू तयार झाल्यावर ताबडतोब अंकुरणक्षम होतात, तर काही बीजाणूंना अंकुरणक्षम होण्यासाठी काही काळ जावा लागतो. या काळाला सुप्तावस्थेचा काळ असे म्हणतात. बीजाणूंच्या अंकुरणासाठी अनुकूल तापमान, हवेतील आर्द्रता, पाणी व ऑक्सिजन यांची आवश्यकता असते. जीवाणू आणि विषाणू यामध्ये बीजाणू तयार होत नाहीत, त्यामुळे त्यांचा वनस्पतीत प्रवेश जनननलिकेशिवाय होतो.

कवक

रोगकारक कवकाचा वनस्पतीत प्रवेश ज्या निरनिराळ्या मार्गांनी होतो ते खालीलप्रमाणे आहेत:

१. नैसर्गिक छिद्रे : (अ) जलरंध्रे, (आ) त्वचारंध्रे (गव्हाच्या तांबेरा रोगामध्ये रोगकारक कवकाचा प्रवेश त्वग्रंथीपासून होतो).

२. जखमा : वनस्पतींना अनेक कारणांमुळे जखमा होतात. सोसाट्याचा वारा, गारांचा वर्षाव, तीव्र ऊन यांमुळे वनस्पतीच्या काही भागांना इजा होते अथवा ते भाग मृत होतात. तसेच आंतरमशागत करताना, फेरलागवड करताना मुळांना इजा होते. झाडांची छाटणी, फळतोडणीमध्येही झाडांना जखमा होतात. कीटकही वनस्पतींना लहान मोठ्या जखमा करतात. या सर्व जखमांमधून रोगकारक कवक वनस्पतीत शिरकाव करतात. फळे व भाज्या तोडताना व ते एका ठिकाणाहून दुसऱ्या ठिकाणी पाठवताना, तसेच बटाटे, कांदे, लसूण यांच्या साठवण्याच्या क्रियेमुळे, चुकीच्या हाताळणीमुळे त्यांवर लहानमोठ्या जखमा होतात. अशा प्रकारच्या जखमांमधून रोग निर्माण करणारे रोगकारक सुलभ रितीने प्रवेश करतात. फळांच्या देठांतूनही रोगकारक कवकाचा प्रवेश होतो. आंबा व केळी यांची कूज करणारी कवके अशा रीतीने प्रवेश करतात.

३. आंतरसाल : आंतरसालीला बाह्यसालेचे संरक्षक कवच असते. काही रोगकारक बीजाणूंच्या जनननलिका बाह्यसालीसह आंतरसालीला सुईच्या टोकाच्या आकाराचे छिद्र पाडून आत प्रवेश करतात. भुरी रोगांची कवके अशा रीतीने वनस्पतीत प्रवेश करतात.

४. बाह्यसालविरहित भाग (Non-Cuticled) : फुलांचे पराग, मूळ, नुकतीच उगवून आलेली रोपे, मकरंद ग्रंथी, खोडावरील कोवळे कोंब अशा प्रकारच्या भागांवर बाह्यसाल नसल्यामुळे रोगकारक बीजाणूंच्या जनननलिकांचा त्यांमध्ये सहज प्रवेश होऊ शकतो. गव्हाच्या काणी रोगाचा प्रवेश परागीकरणासदृश प्रक्रियेमुळे होतो. बीज तयार झाल्यावर रोगकारकाचे कवकजाल त्यात सुप्तावस्थेत राहते. अशा प्रकारचे रोगट बी पेरल्यानंतर त्यापासून वाढणाऱ्या झाडाला निरोगी कणसाऐवजी काळसर भुकटीयुक्त कणीस येते. ज्वारीवरील काणी रोगाचाही प्रवेश वनस्पतीत संरक्षक थर नसलेल्या नाजूक मुळांतून होतो. कपाशीचा मर रोग व निरनिराळ्या पिकांचे मूळ कूज रोग यांची कवके मुळांच्या रंध्रातून प्रवेश करतात. उसावरील काणी रोगांचे संक्रमण खोडावरील कोवळ्या कोंबातून होते. रोगकारक कवकांचा वनस्पतीत प्रवेश झाल्यावर पोषणासाठी त्यांचे कवकतंतू पेशीच्या आतमध्ये शिरकाव करतात, तर काही कवकांचे तंतू वनस्पतींच्या दोन पेशीच्या मधल्या मोकळ्या जागेत वाढतात आणि मुळाप्रमाणे कार्य करणाऱ्या शोषकांद्वारे पेशीतून अन्नशोषण करतात. बहुसंख्य परोपजीवी कवके वनस्पतीच्या अंतर्भागात वाढतात; परंतु भुरी रोगाच्या कवकासारखे काही कवके वनस्पतीच्या पृष्ठभागावरच वाढतात आणि अंतरसालीच्या कोशिकांतून शोषकांद्वारे अन्नशोषण करतात.

जीवाणू : जखमा, नैसर्गिक छिद्रे (जलरंध्रे, त्वचारंध्रे), मूळरोम हे जिवाणूंच्या प्रवेशाचे महत्त्वाचे मार्ग आहेत. फळे व भाज्या यांच्या कूज रोगाचे जीवाणू बहुतांशी जखमांतून प्रवेश करतात. कापसाच्या पानांवरील कोनाकार ठिपके या रोगाचे जीवाणू त्वचारंधांतून प्रवेश करतात; कोबी कूजण्याच्या घाण्या रोगाचे जिवाणू फक्त जलरंध्रामार्फत प्रवेश करतात, तर बटाट्यावरील खवड्या रोगाचे जीवाणू त्वचारंध्रातून प्रवेश करतात. जीवाणू हे कवकाप्रमाणे स्वत:हून झाडाच्या शरीरात प्रवेश करू शकत नाहीत. त्यासाठी त्यांना जखमांचा, नैसर्गिक छिद्रांचा, रंध्रांचा आधार घ्यावा लागतो.

विषाणू : विषाणूंचा वनस्पतीत प्रवेश व प्रसार हा कीटकांच्या मार्फत होतो. (उदाहरणार्थ, मावा, तुडतुडे, फुलकिडे, इत्यादी) रोगट वनस्पतींतून कीटक अन्नरस शोषून घेतात त्यावेळी अन्नरसाबरोबर विषाणू कीटकांच्या शरीरात जातो. हे कीटक जेव्हा निरोगी वनस्पतीवर अन्नरसशोषण करतात त्यावेळी त्यांच्या लाळेबरोबर शरिरातील विषाणू निरोगी वनस्पतीत प्रवेश करतात. काही विषाणूंची कीटकाच्या शरीरात वाढ होते, कीटकांना त्या विषाणूमुळे काही उपाय होत नाही. बहुसंख्य विषाणूंचा कीटकांद्वारे वनस्पतीत प्रवेश होत असला, तरी असेही काही विषाणू रोग आहेत की, रोगी वनस्पतीतील अन्नरसाचा, निरोगी वनस्पतीच्या सूक्ष्म जखमांशी संपर्क झाल्यावर त्या अन्नरसातून विषाणू निरोगी वनस्पतीत शिरतात (उदाहरणार्थ, तंबाखूचा मोझॅक व्हायरस रोग).

फायटोप्लाझमा : यांचा वनस्पतीत प्रवेश व प्रसार विषाणूप्रमाणे कीटकांच्या मार्फत होतो (पांढरी माशी व मावा). एकच हत्यार अंतरमशागतीसाठी स्वच्छ न करता वापरल्यास फायटोप्लाझमाचा वनस्पतीत प्रवेश होतो.

❑

७. हवामानाचा पीकरोगाच्या वाढीवर होणारा परिणाम

सूक्ष्मजीवांमुळे पीकरोग किंवा वनस्पतिरोग होतात हा सिद्धान्त सर्वमान्य होण्यापूर्वी प्रतिकूल हवामानामुळेच पीकरोग उद्‌भवतात असे मानले जात होते. परंतु सूक्ष्मजीवांमुळे वनस्पतिरोग होतात, त्यावेळी सूक्ष्मजीवांबरोबरच हवामानाचाही फार महत्त्वाचा वाटा असतो. संवेदनशील यजमान वनस्पती व रोगकारक हे एकमेकांच्या सान्निध्यात असले तरी हवामान अनुकूल असल्याखेरीज रोगाचा प्रादुर्भाव होत नाही. रोगकारक बीजाणूंचा प्रसार, त्यांचे अंकुरण, रोगकारकाचा वनस्पतीत प्रवेश, त्यांची वाढ, बीजाणूंची उत्पत्ती व पिकाच्या एका हंगामापासून दुसऱ्या हंगामापर्यंत आवश्यक असलेली रोगकारकाची सुप्तावस्था या सर्व बाबींवर हवामानाचा परिणाम होतो.

बीजाणूंच्या अंकुरणासाठी व वनस्पतीत जनननलिकांचा प्रवेश होण्यासाठी कोणत्या बाबी आवश्यक आहेत याची माहिती यापूर्वी आपण घेतली आहे. रोगकारकाचा वनस्पतीत प्रवेश झाल्यावर त्याची वाढ पुढील गोष्टींवर अवलंबून असते : (१) संवेदनशील यजमान वनस्पतीची जनुकीय प्रवृत्ती, (२) रोगकारकाची जनुकीय तीव्रता, (३) हवामानाचा संवेदनशील यजमान वनस्पतीवर व रोगकारकावर होणारा परिणाम (४) संवेदनशील यजमान वनस्पती व रोगकारक यांच्या आंतरक्रियेमुळे वनस्पतीत स्रवणारे रासायनिक घटक. रोगाचे प्रमाण वरील सर्व गोष्टींच्या एकत्रित परिणामावर अवलंबून असते. संवेदनशील यजमान वनस्पतीची रोगप्रवृत्ती व रोगकारकाची तीव्रता यामध्ये बदल लगेच होत नाहीत; पण हवामानाच्या घटकांमध्ये मात्र तात्काळ बदल होत असतात. हवामान बदलामुळे काही वेळा वनस्पतीला त्याचा फायदा होतो किंवा रोगकारकालासुद्धा त्या बदलामुळे फायदा होतो व त्यावर रोगाची तीव्रता अवलंबून राहते. पर्यावरणाच्या काही घटकांचा वनस्पतीवर अशा प्रकारचा परिणाम होतो की, ज्यामुळे वनस्पतीवर रोगाची तीव्रता वाढते. ज्या घटकामुळे वनस्पती विशिष्ट रोगास बळी पडते, त्या घटकांना त्या रोगाचे अनुकूल घटक म्हणतात. असे घटक पुढीलप्रमाणे आहेत : (अ) हवेतील घटक (आ) जमिनीतील घटक

(अ) हवेतील घटक

(१) तापमान : हवेच्या तापमानाचा वनस्पतिरोगांशी घनिष्ठ संबंध आहे. काही रोगकारक थंड हवामानात वेगाने वाढतात. गव्हाचा पिवळा तांबेरा हा उत्तर भारतातील थंड हवेतच वाढत असल्यामुळे दक्षिणेकडील राज्यात याचा प्रादुर्भाव आढळत नाही. बटाट्यावरील करपा उत्तर व दक्षिण भारतातील डोंगराळ आणि थंड हवेतच वाढतो. सपाट प्रदेशात हिवाळ्यात तो फारसा आढळत नाही. याउलट काही रोग हवामानाच्या उबदार पट्ट्यातच आढळतात. उदाहरणार्थ बटाट्यावरील बांगडी रोग, फ्युजेरियम या कवकामुळे होणारा मर रोग इत्यादी. तांबेरा रोगाचे प्रमाण मुख्यत्वे तापमान आणि आर्द्रता यांवर अवलंबून असते. गव्हाच्या कांडीवरील किंवा काळ्या तांबेऱ्याला २०° सें. हे इष्टतम तापमान आहे. असे तापमान भारतात १५ जानेवारीपासून ते मार्चपर्यंत असते. अशा वेळी जर दमट व ढगाळ हवामान आढळून आले, तर तांबेऱ्याची

वाढ झपाट्याने होते आणि रोगाची तीव्रता वाढून फार नुकसान होते. पुष्कळशा विषाणुजन्य रोगांत तापमान २०° ते २५° सें. असल्यास रोगाची तीव्रता अधिक आढळते. हवेतील तापमानाचा काही विषाणुजन्य रोगांच्या लक्षणांवर परिणाम होतो. तापमान वाढल्यास वनस्पतीत विषाणू असूनही रोगाची लक्षणे बाह्यतः दिसून येत नाहीत.

(२) आर्द्रता : रोगकारकाच्या बीजाणूंच्या अंकुरणासाठी व जननलिकांचा यजमान वनस्पतीत प्रवेश होण्यासाठी आर्द्रतेची आवश्यकता असते. द्राक्षावरील केवडा रोग हा उबदार व ओलसर हवेत वाढतो. त्यामुळे या रोगाची वाढ पावसाळ्यात होते. त्याचप्रमाणे बटाट्यावरील करपा रोगालासुद्धा हवेत आर्द्रतेचे प्रमाण जास्त असल्यास त्याचा प्रादुर्भाव जास्त होतो. बऱ्याच वनस्पतिरोगांना हवेत जास्त आर्द्रता अनुकूल असते. उदाहरणार्थ, बटाट्यावरील करपा, सुपारीवरील गळ रोग, तृणधान्यावरील करपा, तांबेरा रोग इत्यादी. दवाचे प्रमाण जास्त असल्यास ते तांबेरा व करपा रोगाच्या बीजाणूंच्या अंकुरणासाठी व त्यांच्या जननलिकांचा यजमान वनस्पतीत प्रवेश होण्यासाठी उपयुक्त ठरते.

(३) प्रकाश : तापमान किंवा आर्द्रतेचा जेवढा परिणाम वनस्पती रोगावर होतो तेवढा परिणाम प्रकाशाचा होत नाही; तथापि प्रकाशाची तीव्रता व दिवसाची कालमर्यादा या गोष्टींचा रोगकारकाचा वनस्पतीत प्रवेश व त्याचा परिपाक काळ (सुप्त अवस्थेचा काळ) इत्यादीवर परिणाम होतो.

(आ) जमिनीतील घटक

(१) मातीचे (सामू) मूल्य : मातीच्या आम्लधर्मीय किंवा क्षारधर्मीयतेचा रोगाच्या वाढीवर निरनिराळा परिणाम होतो. बटाट्याच्या खवड्या रोगाची वाढ क्षारधर्मी जमिनीत चांगली होते, तर कोबीवरील गाठी रोग आम्लाधर्मी जमिनीत जास्त होतो.

(२) मातीचे तापमान : निरनिराळ्या रोगांच्या वाढीसाठी किमान, कमाल व इष्टतम तापमान २२° से., कापसाच्या मर रोगासाठी ते २७° से. तर ज्वारीवरील कडकड्या रोगासाठी ते ३६° से. आहे.

(३) मातीतील ओलावा : पपईच्या खोड कूज, पानवेलीचा मर, वांगी-मिरची, कोबीवर्गीय भाजीपाला, पिकात रोपे कोलमडून पडणे अशा पीकरोगांचे कारण असणाऱ्या कवकांचे बीजाणू अंकुरण्यासाठी व रोगाची वाढ होण्यासाठी जमिनीत ओलावा जास्त प्रमाणात असावा लागतो. मातीत ओलावा कमी असेल तर झाडांमध्ये विशेषतः डाळवर्गीय पिकांमध्ये मर रोग होतो. तसेच ज्वारी फुलोऱ्यात असताना जर मातीतील ओलावा प्रमाणापेक्षा कमी झाला तर अशा वेळेस कोळशी कूज (कडकड्या) नावाचा रोग होतो. हवामानाचा अभ्यास करून विशिष्ट पिकावर रोग पडण्याच्या शक्यतेचा अंदाज वर्तवणे हा विषय अलीकडील काळात महत्त्वाचा झाला आहे. पाश्चात्त्य देशांत यावर बरेच संशोधन झाले आहे. बटाट्यावरील करपा रोगाच्या बाबतीत रोग पडण्याची शक्यता असल्यास शेतकऱ्यांना अगोदरच रेडिओवरून तसा इशारा देण्यात येतो. यासाठी मागील काही वर्षांच्या हवामानाचा अभ्यास करून त्याचा त्यावेळी रोगावर झालेला परिणाम अभ्यासला जातो व त्या आधारे भविष्यात जर तशी हवामान परिस्थिती निर्माण झाली तर रोगाच्या प्रादुर्भावाची शक्यता वर्तवली जाते.

❑

८. पीकरोगांचा प्रसार

प्रसारावरून वनस्पतिरोगांचे दोन प्रकार आहेत : (अ) सांसर्गिक (पसरणारे) व (आ) असांसर्गिक (न पसरणारे). सांसर्गिक रोग कवक, जिवाणू, विषाणू, सूत्रकृमी यामुळे होतात, तर असांसर्गिक रोग हे वातावरणीय प्रतिकूलतेमुळे किंवा जमिनीतील मूलद्रव्याचा अभाव, प्रखर ऊन, कडाक्याची थंडी, उथळ जमीन, पाणथळ जमीन, प्रदूषण इत्यादीघटकांमुळे होतात सर्वसाधारणपणे सांसर्गिक रोगकारकाचा प्रसार निष्क्रिय स्वरूपाचा असतो. सूत्रकृमी व काही जीवाणू चलनक्षम असतात. परंतु ही चलनक्षमता मर्यादित स्वरूपाची असते आणि तिचा उपयोग काही थोडक्या अंतरापर्यंतच्या प्रसारासाठी होतो. बहुसंख्य रोगकारकांमध्ये स्वत:ची अशी चलनक्षमता नसते. त्यामुळे त्यांच्या प्रसारासाठी सजीव अथवा निर्जीव वाहकाची आवश्यकता असते. वारा, पाणी, कीटक, बियाणे इतर प्राणी व मनुष्य हे रोगकारकांचे मुख्य वाहक आहेत. रोगाची प्रमुख प्रसारमाध्यमे खालीलप्रमाणे आहेत :

(१) वारा : रोगकारकांचा वाऱ्यामुळे सर्वात अधिक प्रसार होतो. कवक, जीवाणू व विषाणू या रोगकारकांपैकी कवकाच्या प्रसारास मुख्यत: वारा कारणीभूत असतो. काही कवकांचे बीजाणू यजमान वनस्पतीच्या पृष्ठभागावर रोग होऊन फार मोठ्या संख्येने तयार होतात. ते हलके असल्यामुळे वाऱ्याच्या प्रवाहाबरोबर आकाशात उंच व दूरवर नेले जातात. वाऱ्यामुळे कवकाचे बीजाणू किती उंचीवर व किती अंतरापर्यंत जाऊ शकतात याबाबत परदेशात पुष्कळ संशोधन झाले आहे. गव्हावरील तांबेरा रोगांचे बीजाणू आकाशात सुमारे. ४००-४५० मी. पर्यंतच्या उंचीवर आणि मूळ स्थानापासून सुमारे १००० ते १५०० कि.मी. दूर पोहोचू शकतात. वाऱ्यामुळे कवकाचा प्रसार मोठ्या प्रमाणावर होत असला तरी मूळ स्थानापासून लांब अंतरावर जाऊन पडणाऱ्या बीजाणूमुळे रोग होण्यासाठी रोगकारकाचे बीजाणू यजमान वनस्पतीवर पडणे आवश्यक असते. तसेच ते त्यावेळी अंकुरणक्षम असले पाहिजेत आणि त्यांचे अंकुरण व जनननलिकांचा प्रवेश यजमान वनस्पतीमध्ये होण्यासाठी हवामान अनुकूल असले पाहिजे. द्राक्षावरील केवडा, भुरी अशा काही रोगांचे बीजाणू हवेत जास्त काळ राहिल्यास त्यांची अंकुरणक्षमता नाहीशी होते; पण गव्हावरील तांबेरा रोगाचे व भातावरील करपा रोगाचे बीजाणूंची हवेतील दूरवरच्या प्रवासातही अंकुरणक्षमता टिकून राहते. वाऱ्यामुळे काही रोगकारक जीवाणू थोड्या अंतरावर पसरू शकतात. विषाणू रोगाचा प्रसार जरी मुख्यत्वेकरून कीटकांद्वारे होत असले तरी कीटकांच्या उडण्यावर वाऱ्याच्या वेगाचा परिणाम होतो. त्यामुळे विषाणुजन्य रोगांच्या प्रसारास वाऱ्याची अप्रत्यक्षपणे मदत होते.

(२) पाणी : वाऱ्याशी तुलना करता पाण्यामुळे रोगप्रसार कमी प्रमाणात होतो. नदी, नाले, कालवे यांच्याद्वारे जमिनीवरील रोगकारकांचा प्रसार होतो. पानवेलीचा व कापसाचा मर, कोबीचा गाठी रोग यासारख्या कवकजन्य तर बटाट्यावरील बांगडी रोग यासारख्या जीवाणुजन्य रोगांचा प्रसार वाहत्या

पाण्यामुळे एका शेतातून जवळच्या अगर लांबच्या दुसऱ्या शेतात होतो. वादळी वाऱ्यात पाऊस असेल तर रोगकारकाचा प्रसार मोठ्या प्रमाणात होतो. पावसामुळे बीजाणू मोकळे होतात आणि वाऱ्यामुळे शेंड्याकडून बुंध्यापर्यंत अथवा बाजूच्या झाडावर पसरतात. कापसाच्या पानांवरील ठिपक्यांचा रोग, कोबीवरील काळी कूज यासारखे जीवाणुजन्य रोग पाण्यामुळे पसरतात; तसेच सुपारीचा गळ रोग, बाजरी व द्राक्षावरील केवडा, भाताचा करपा इ. कवकजन्य रोगही पावसामुळे पसरतात. पिकास पाणी देण्याच्या पद्धतीतील मोकाट पद्धतीने पाणी दिल्याने रोगकारकाचा प्रसार मोठ्या प्रमाणात होतो. तसेच या पद्धतीत गवताचे प्रमाण वाढून रोगकारके तसेच कीटकांनासुद्धा आश्रय मिळतो. म्हणून मोकाट पद्धतीने पाणी देण्यापेक्षा ठिबक, तुषार यासारख्या सिंचन पद्धतीने पिकास पाणी देणे योग्य ठरते. अमरवेल, टारफुला व बंबाखू या सपुष्प परोपजीवी वनस्पतींच्या बीजांचा प्रसार वाहत्या पाण्यामुळे एका शेतातून दुसऱ्या शेतात होतो.

(३) कीटक : विषाणुजन्य रोगाच्या प्रसारामध्ये कीटकांना फार महत्त्वाचे स्थान आहे. मावा फुलकिडे व तुडतुडे हे कीटक मुख्यत्वे विषाणू रोगांचा प्रसार करतात. फायटोप्लाझ्माजन्य रोगांचा प्रसार पांढरी माशी व माव्याच्या मार्फत होतो. रोगट वनस्पतीवर कीटक रस शोषण करताना अन्नरसाबरोबर वनस्पतीतील विषाणूंचा त्यांच्या शरीरात प्रवेश होतो. ज्यावेळी असे कीटक निरोगी वनस्पतीवर अन्नशोषण करतात त्यावेळी विषाणूंचा निरोगी वनस्पतीत प्रवेश होतो. रोगट वनस्पतीवर रसशोषण केल्यावर काही कीटकांच्या शरीरात विषाणू काही तासांपर्यंत कार्यक्षम राहतो, तर काही कीटकांच्या शरीरात तो आयुष्यभर टिकून राहतो. पपई, भेंडी, भुईमूग, मका, ऊस, सूर्यफूल, संत्री, मोसंबी, बटाटा या पिकांवरील निरनिराळ्या विषाणुजन्य रोगांचा प्रसार कीटकांद्वारे होतो. बाजरीवरील अरगट रोगासारख्या काही कवकजन्य रोगांचा प्रसारसुद्धा कीटकांद्वारेच होतो.

(४) इतर प्राणी : काही सूत्रकृमी व माइट यांच्याद्वारे विषाणुजन्य रोगांचा प्रसार होतो, तसेच काही पक्ष्यांद्वारे सपुष्प परोपजीवी वनस्पतींचा प्रसार होतो. उदाहरणार्थ, आंब्याच्या झाडावर वाढणारे लोरॅन्थस (बांडगूळ).

(५) मनुष्य : वनस्पतींच्या रोगप्रसारामध्ये मनुष्याचा फार महत्त्वाचा वाटा आहे. एका भूखंडातून दुसऱ्या भूखंडात, एका देशातून दुसऱ्या देशात, एका गावाहून दुसऱ्या गावाला अथवा एका झाडावरून दुसऱ्या झाडावर मनुष्य वनस्पतिरोगाचा प्रसार करतो. इतकेच नव्हे तर समुद्र, उंच पर्वत, वाळवंट यासारख्या नैसर्गिक अडथळ्यांमुळे वारा, पाणी, कीटक या माध्यमातून रोगप्रसारास अडथळा निर्माण होतो; परंतु मनुष्य हे सर्व नैसर्गिक अडथळे पार करून रोगकारकाचा प्रसार करतो. पूर्वी पृथ्वीवर मानवाने एका भागातून दुसऱ्या भागात स्थलांतर करतांना निरनिराळ्या वनस्पतींचे बी-बियाणे व कंद नेले आणि त्याचबरोबर त्यांचे रोगही नेले. अलीकडील काळात बियाणे, कंद, कलमे, फळे यांचा आंतरराष्ट्रीय व्यापार सुरू झाला आणि त्याचबरोबर रोगांचा प्रसारही झाला. एखाद्या रोगकारकाचा एका प्रदेशातून (तो रोग नसलेल्या) दुसऱ्या प्रदेशात प्रवेश झाल्यास मूळ प्रदेशापेक्षा नवीन प्रदेशात तो रोगकारक फार मोठ्या प्रमाणावर नुकसानकारक ठरतो कारण : (१) नवीन प्रदेशातील हवामान रोगाच्या वाढीला जास्त अनुकूल असते आणि (२) नवीन प्रदेशातील यजमान वनस्पतीची जात रोगाला जास्त बळी पडणारी असते. एखादा रोग आधीच आपल्या प्रदेशात आहे म्हणून तो रोग असलेले रोपे अगर बी-बियाणे दुसऱ्या प्रदेशातून आपल्या प्रदेशात आणण्यात

काही नुकसान नाही असे म्हणणे चुकीचे आहे. कारण दुसऱ्या प्रदेशातील रोगकारक आपल्या प्रदेशातील रोगकारकापेक्षा तीव्र असल्यास अशा रोगकारकाचा शिरकाव आपल्या प्रदेशात झाल्यास त्यामुळे बरेच नुकसान होण्याची शक्यता असते.

दुसऱ्या देशांतून भारतात ज्या रोगांचा मनुष्यामार्फत बियाणे, कंद अगर कलमे यातून प्रसार झाला असे रोग पुढीलप्रमाणे :

(१) बटाट्याचा करपा हा रोग युरोपातून १८७० च्या सुमारास भारतात आला

(२) केळीचा पर्णगुच्छ रोग श्रीलंकेकडून

(३) भाताचा करपा आग्नेय आशियातून १९१८ च्या सुमारास

(४) बाजरीचा अरगट रोग १९५७ च्या सुमारास आफ्रिकेतून भारतात आले आहेत.

याखेरीज शेती व फलसंवर्धन यासाठी वापरण्यात येणारी अवजारे व हत्यारे (चाकू, विळा, कोयता, छाटणी कातर, नांगर वगैरे) यांच्यामार्फत रोगप्रसार होतो. अवजारे व हत्यारे यांच्यामार्फत विषाणुजन्य व फायटोप्लाझ्माजन्य रोगांचा प्रसार मुख्यत्वे मोठ्या प्रमाणात होतो. कारण विषाणुजन्य व फायटोप्लाझ्माजन्य रोग वनस्पतीच्या रसातून पसरत असल्याने एकच हत्यार बऱ्याच वनस्पतींच्या मशागतीसाठी, छाटणीसाठी वापरले असता त्या माध्यमातून एका वनस्पतीचा रस दुसऱ्या वनस्पतीच्या रसाशी संपर्कात येऊन विषाणूंचा प्रसार होतो.

❑

१. पीकरोगांचे नियंत्रण

पीकरोगावर उपाययोजना करताना त्या रोगाचे स्वरूप, रोगकारकविषयीची माहिती (जीवनचक्र, जैवप्रजाती, हवामानाचा परिणाम), यजमान वनस्पतीची रोगप्रतिकारक्षमता वगैरे गोष्टींचा सर्वकष विचार करून योग्य ती उपाययोजना करणे आवश्यक असते. प्रतिकूल हवामान किंवा भौतिक कारणांमुळे होणाऱ्या रोगांवर करावयाची उपाययोजना ह्या परोपजीवी सजीवामुळे होणाऱ्या रोगांवर करावयाच्या उपाययोजनेपेक्षा वेगळ्या असतात. हवामानाच्या घटकांचे नियंत्रण करून अथवा आवश्यक मूलद्रव्यांचा पुरवठा करून अपरोपजीवी रोगांचे नियंत्रण करता येते. परोपजीवी रोगकारक कारणांमुळे होणाऱ्या वनस्पतिरोगांच्या नियंत्रणासाठी करावयाच्या उपाययोजनेचे उद्देश मुख्यत: चार प्रकारचे असतात : (१) रोगप्रतिबंध (२) रोगनिर्मूलन, (३) प्रतिरक्षण (Prevention), (४) रोगमुक्ती

रोगप्रतिबंधक उपायांचा उद्देश रोगकारकाच्या प्रत्येक हलचालीस प्रतिबंध घालणे हा असतो. रोगकारकाचा यजमान वनस्पतीशी संपर्क होऊ न देणे, संपर्क झाल्यास त्याचा वनस्पतीत प्रवेश होऊ न देणे आणि प्रवेश झाल्यास रोगकारकाच्या वाढीस अनुकूल असलेल्या वातावरणीय घटकांचे नियंत्रण करून अगर अन्य मार्गांनी रोगकारकाची वाढ रोखणे. प्रतिबंधक उपाययोजना कमी खर्चाची असते आणि ती वेळीच अंमलात आणल्यास रोगाचे प्रमाण कमी राहते.

प्रतिरक्षण म्हणजे रोगकारकाच्या प्रवेशाला आणि रोगाच्या वाढीला प्रतिबंध करण्यासाठी वनस्पतीमध्ये रोगप्रतिकारक्षमता वाढवणे. रोगप्रतिकारक जातींची निवड करणे अथवा संकरण पद्धतीने रोगप्रतिकार क्षमता इतर जातीमध्ये टाकणे व पिकांचे रक्षण करणे.

रोगप्रतिबंधक उपाययोजना

रोगप्रतिबंधक उपाय पुष्कळ प्रकारचे आहेत. त्यांची विभागणी तीन प्रकारांत केली आहे :
(अ) वर्जन, (आ) निर्मूलन व (इ) संरक्षण.

(अ) वर्जन : रोगकारकांचा यजमान वनस्पतीच्या प्रदेशात प्रवेश होऊ न देणे किंवा प्रवेश वर्ज्य करणे हा वर्जनाचा मुख्य हेतू आहे. वाऱ्यामुळे अगर कीटकांमुळे रोगकारकाचा प्रसार होतो. अशा रोगकारकांचा प्रसार वाळवंट, पर्वत अथवा समुद्र यासारखे नैसर्गिक अडथळे नसलेल्या देशात अनिर्बंधपणे होतो. ज्या दोन देशांमध्ये अगर भूखंडांमध्ये नैसर्गिक अडथळे असतात त्यातील एका देशातून दुसऱ्या देशात नवीन रोगाचा प्रवेश रोखता येऊ शकतो. अशा बाबतीत यजमान वनस्पती अथवा त्यांच्या बी-बियाण्याबरोबर रोगकारकाचा प्रसार एका देशातून दुसऱ्या देशात होतो. भारतात केळीवरील पर्णगुच्छ रोग हा श्रीलंकेतून आलेला आहे. अशा प्रकारच्या नवीन रोगाचा प्रवेश रोखण्याच्या उद्देशाने निरनिराळ्या देशांनी वनस्पतीसंसर्गरोधक कायदे केले आहेत. या कायद्यान्वये वनस्पती, रोपे, बी-बियाणे, कंद, कलमे इ. माल निर्यात करताना तो माल रोगमुक्त असल्याचे प्रमाणपत्र निर्यात करणाऱ्या देशाने मालाबरोबर द्यावे लागते. तसेच आयात करणाऱ्या

देशांत तपासणीसाठी केंद्रे असतात. तेथे सर्व मालाची तपासणी केली जाते व तो माल रोगमुक्त आहे याबद्दल खात्री केली जाते. अर्थात या उपाययोजनेला काही मर्यादा आहेत. रोगाचे स्वरूप व कायद्याची अंमलबजावणी कितपत कसोशीने होते यावर या योजनेचे यशापयश अवलंबून असते. कवकजन्य व जीवाणुजन्य रोग ओळखणे विशेष कठीण नसते. परंतु विषाणुजन्य रोगाच्या तपासणीसाठी खास व्यवस्था करावी लागते. भारतात डिस्ट्रक्टिव्ह इन्सेक्ट अँड पेस्ट ॲक्ट (विनाशकारी कीटक व पीडक अधिनियम) १९१४ मध्ये अंमलात आला व आतापर्यंत त्यात ८-९ वेळा सुधारणा होऊन त्याची अंमलबजावणी चालू आहे. भारतात एकूण १६ केंद्रांमध्ये बाहेरून येणाऱ्या वनस्पतिविषयक मालाची तपासणी करण्यात येते. एखाद्या प्रदेशात नवीन रोगाचा प्रवेश झाला, तर त्याचा प्रादेशिक/अंतर्गत विस्तार रोखण्यासाठी स्थानिक संसर्गरोध अधिनियमांचा वापर करून रोगट वनस्पतींचा नाश केला जातो.

(आ) निर्मूलन : ज्या रोगाने एखाद्या प्रदेशात मूळ धरले आहे अशा रोगाचे समूळ उच्चाटन करणे तसेच निरनिराळ्या उपायांनी त्यांची उगमस्थाने नष्ट करून रोगाचा प्रसार शक्य तितका कमी करणे हा रोग निर्मूलनाचा हेतू आहे. निर्मूलनामध्ये अनेक उपाययोजनांचा अंतर्भाव होतो. विशिष्ट रोगाच्या बाबतीत निर्मूलनाची उपाययोजना ठरवताना (१) रोगकारकाचे जीवनचक्र, (२) रोगकारकाचा प्रसार, (३) यजमान वनस्पतीच्या अभावी तसेच प्रतिकूल हवामानात रोगकारक कोठे आणि कोणत्या अवस्थेत आढळतो, (त्याची सुप्तावस्था), (४) रोगकारक ज्या निरनिराळ्या यजमान वनस्पतींवर आढळतो त्या वनस्पती, (५) रोगाच्या वाढीला लागणारे अनुकूल हवामान यासंबंधी माहिती असणे आवश्यक असते. विषाणुजन्य रोगांच्या बाबतीत वाहक कीटकांचाही अभ्यास करणे आवश्यक असते.

निर्मूलनासाठीच्या उपाययोजना

(१) रोगट वनस्पतीचा अगर रोगट भागाचा नाश : रोगाची लागण झाल्याचे दिसून येताच जे रोग रासायनिक, जैविक नियंत्रकाचा वापर करून नियंत्रित होत नाहीत असे रोग शेतात पसरण्यापूर्वी रोगट वनस्पती उपटून त्यांचा नाश केल्याने रोगाचे नियंत्रण करता येते. कवकजन्य रोग उदाहरणार्थ, गव्हाची काणी, ज्वारीची काणी, ऊस रंगणे, बाजरीचा अरगट रोग, आणि बरेचसे विषाणुजन्य रोग उदाहरणार्थ, भेंडीवरील पानांच्या शिरा पिवळ्या होणारा रोग, यांचे या उपाययोजनेने निर्मूलन करता येते. रोगट वनस्पतीचे रोगट भाग छाटून ते जाळून नष्ट केल्याने रोगाचे प्रमाण कमी होण्यास मदत होते. कँकर रोग झालेल्या कागदी लिंबाच्या झाडांच्या रोगट फांद्या उन्हाळ्यात कापून जाळून नष्ट केल्यास रोगकारक जीवाणूचे प्रमाण कमी होते. डिंक्या रोगाच्या नियंत्रणासाठी संत्र्याच्या झाडाची रोगट साल काढून क्रिओसोट तेल लावतात. विषाणुजन्य व फायटोप्लाझमाजन्य रोग नियंत्रणासाठी रोग झालेली झाडे उपटून ती नष्ट करणे अत्यंत आवश्यक असते अन्यथा रोगाचा प्रसार मोठ्या प्रमाणात होतो.

(२) पिकांची फेरपालट : जमिनीमध्ये ज्या रोगकारकांची वाढ होते, अशा रोगकारकांची यजमान वनस्पतीच्या अभावी उपासमार करून त्यांचे निर्मूलन करणे हा फेरपालटीचा उद्देश आहे. यजमान वनस्पतीच्या अभावी रोगकारक किती काळपर्यंत जिवंत राहतात याचा अभ्यास करून ही उपाययोजना निश्चित करणे आवश्यक असते. पिकांच्या फेरपालटीमुळे पुष्कळसे जमिनीत वाढणारे रोगकारक नियंत्रणाखाली आणता येतात. तुरीचा मर रोग, हरभऱ्याचा मर रोग, वाटाण्याचा मर रोग, भाजीपाल्याचे मूळ कूज रोग, ऊस रंगणे

व उसाचा मर रोग इत्यादी. या रोगांमध्ये पिकांच्या फेरपालटीमुळे रोगाला आळा बसतो. तसेच पिकांच्या फेरपालटीमुळे जमिनीतील रोगकारकांची संख्या कमी होते. पीक सुदृढ राहते व रोगास कमी बळी पडते.

(३) शेतातील स्वच्छता : रोगट वनस्पतीचे शेतातील अवशेष, बांधावरील गवत, पालापाचोळा गोळा करून खोल खड्ड्यात जाळणे यामुळे रोगाला आळा बसतो. भुईमुगाचा टिक्का, बाजरीचा अरगट, डाळिंबावरील तेल्या, कपाशीवरील कोनाकार टिक्का इत्यादी रोगांचे रोगकारक, पिकांच्या दोन हंगामाच्या दरम्याच्या काळात शेतातील रोगट वनस्पतींच्या अवशेषांमध्ये असतात. या अवशेषांचा नाश केल्याने पिकाच्या हंगामात रोगोद्भव झाल्यास त्याचे प्रमाण सुरुवातीला कमी राहते. काही रोगकारक, यजमान वनस्पतीखेरीज शेताच्या बांधावर वाढणाऱ्या वनस्पतीवर अथवा गवतावर वाढतात. अशा वेळी बांधावरील वनस्पती व गवत काढून बांध स्वच्छ ठेवावे लागतात. बांध स्वच्छ ठेवल्याने गवतावर राहणारे मावा, तुडतुडे, फुलकिडे, पांढरी माशी इत्यादी कीटकांची संख्या कमी ठेवून विषाणुजन्य रोगांचे नियंत्रण करता येते.

(४) पीकसंवर्धन पद्धतीत बदल : रोगकारकाच्या वाढीसाठी वातावरण अनुकूल राहणार नाही अशा तऱ्हेने लागवडीच्या पद्धतीत बदल करून रोगनियंत्रण करता येते. उदाहरणार्थ, आल्याची लागवड खोल वाफ्यांत केल्यास पाणी साचून कंद कवकजन्य रोगामुळे कूजते. परंतु त्याची लागवड गादी वाफ्यावर केल्यास रोगकारकाच्या वाढीला पुरेशी ओल न मिळाल्याने रोगाचे प्रमाण कमी राहते. चर खणून पाण्याचा निचरा केल्यास पानवेलीच्या मर रोगाचे प्रमाण कमी होते. भाजीपाला पिकात रोपे तयार करण्यासाठी गादी वाफ्याचा वापर केल्यास मर रोग किंवा मूळ कूजसारखे रोग कमी प्रमाणात येतात. पिकांची लागवड किंवा पेरणी करताना झाडांची संख्या विद्यापीठाने शिफारस केलेल्या प्रमाणात असावी. फळबागांमध्ये झाडांची संख्या तसेच झाडांची छाटणी करून त्यांच्या फांद्याची वाढ नियंत्रित ठेवल्याने रोगांचा प्रसार कमी प्रमाणात होतो. उसाचा खोडवा ठेवल्यास चाबूक काणी व ऊस रंगणे हे रोग वाढतात. या रोगांचा प्रादुर्भाव टाळण्यासाठी खोडवा घेण्याचे टाळावे.

(५) मातीचे pH मूल्य कमी जास्त करणे : फळबागांतील मर, कोबीच्या मुळावरील गाठी हा रोग आम्लयुक्त जमिनीत होतो. अशा जमिनीत चुना मिसळून लागवड केल्यास रोगाचे प्रमाण कमी होते. बटाट्याच्या खवड्या रोगासाठी जमिनीत गंधक मिसळून रोगांचे प्रमाण कमी करता येते.

(६) रोगमुक्त बियाण्याचा वापर : बाजरीचा अरगट, ज्वारीचा काणी, बटाट्याचा बांगडी रोग, उसाचा चाबुक काणी, सोयाबीनवरील ठिपके, संत्रा व मोसंबी या लिंबूवर्गीय पिकांवरील विषाणुजन्यरोग, आल्याची कूज यासारख्या रोगांचा प्रादुर्भाव रोगमुक्त बियाणे वापरल्यामुळे टाळता येतो. यासाठी ज्या भागात अशा रोगाचा प्रादुर्भाव होत नाही अशा भागातील रोगमुक्त बियाणे वापरले असता रोगाचे नियंत्रण होते.

(७) पीक खंड : एखादे पीक एकामागून एक अशा सर्व हंगामात घेत गेल्यास त्या पिकावरील रोगामध्ये खंड पडत नाही. रोगकारकाचे एक जीवनचक्र पूर्ण झाल्यास एका बीजाणुपासून हजारो बीजाणू तयार होतात. परंतु जीवनचक्राची साखळी पूर्ण न झाल्यास बीजाणूंची वाढ थांबते. रोगाची साखळी तोडण्यासाठी ज्या हंगामात ते पीक कमी प्रमाणावर घेतले जाते त्या हंगामात न घेतल्यास रोगाचे प्रमाण कमी होते. उन्हाळ्यात भेंडीचे पीक न घेतल्यास पुढील हंगामातील भेंडी पिकावर विषाणुजन्य रोगाचे प्रमाण पुष्कळ कमी होते. भेंडीचे पीक शेतात नसते अशा वेळी विषाणू ज्या इतर वनस्पतीवर आढळून येतात त्या वनस्पतीचाही नाश

करणे आवश्यक असते. खरिपाच्या हंगामात गव्हाचे पीक न घेण्याची शिफारस केली जाते कारण गव्हाचे खरीप पीक महत्त्वाचे नसते व त्या पिकावर तांबेरा पडल्यास रब्बी हंगामातील गव्हाच्या पिकावर लहान असतांनाच तांबेरा रोगाचा मोठ्या प्रमाणावर प्रादुर्भाव होण्याची शक्यता असते.

(इ) संरक्षण : वनस्पतीच्या पृष्ठभागावर पडणाऱ्या बीजाणूंचे अंकुरण न होऊ देणे आणि अंकुरण झाल्यास जनननलिकेचा वनस्पतीत प्रवेश होऊ न देणे हा संरक्षणाचा मुख्य हेतू आहे. यासाठी वनस्पतीचा संपूर्ण पृष्ठभाग अथवा रोगट भाग अथवा बी-बियाणे यांवर रासायनिक साधनांचा वापर करण्यात येतो. कवक यापासून संरक्षण करण्यासाठी वापरण्यात येणाऱ्या रसायनांना कवकनाशक ही सर्वसाधारण संज्ञा आहे. जीवाणूपासून संरक्षण करणाऱ्या रसायनांना जीवाणूनाशक म्हणतात. सूत्रकृमीचा नाश करण्यासाठी सूत्रकृमिनाशके व ज्वारीवरील टारफुलासारख्या सपुष्प परोपजीवी वनस्पतीचा नाश करण्यासाठी तणनाशके वापरण्यात येतात. विषाणुजन्य रोगापासून संरक्षण करण्यासाठी कीटकनाशकाच्या साह्याने विषाणूवाहक कीटकाचा नाश केला जातो.

रोगाला प्रतिकूल अशा हवामानात बियाणे तयार करणे, शेतातील पाण्याचा निचरा, आवश्यकतेनुसार मातीचे pH मूल्य बदलणे, जमिनीतील आवश्यक मूलद्रव्याचा अभाव दूर करणे, पिकाची कापणी व मळणी करताना शेतमालाला इजा न होईल याची खबरदारी घेणे, फळे, भाजीपाला वाहतुकीमध्ये रोगामुळे खराब होऊ न देण्यासाठी उपाययोजना करणे हे सर्व उपाय संरक्षण या सदराखाली येतात. यातील काही उपायांचे स्पष्टीकरण रोग निर्मूलन या सदराखाली आहे. पिकांचे संरक्षण पुढील प्रकारांनी केले जाते : (१) जमिनीचे निर्जंतुकीकरण, (२) बीजोपचार व (३) वनस्पतीच्या जमिनीवरील भागाचे संरक्षण.

(१) जमिनीचे निर्जंतुकीकरण : पाण्याची वाफ, उष्णता, गरम पाणी, फॉर्मल्डिहाईड, बोर्डो मिश्रण व काही सूत्रकृमिनाशकांचा उपयोग जमिनीतील रोगकारकांचा नाश करण्यासाठी करण्यात येतो. तसेच माती २-३ आठवड्यांसाठी पारदर्शक प्लास्टीकच्या कागदाने झाकून ठेऊन रोगकारकाचा नाश करता येतो. परंतु असे करणे जास्त खर्चाचे असल्यामुळे मर्यादित प्रमाणात वापर केला जातो. (उदाहरणार्थ, काचगृहे, हरितगृहे, रोपांसाठी केलेले वाफे यात.) पानवेलीच्या मर रोगाच्या नियंत्रणासाठी झाडाभोवती बोर्डो मिश्रण घालणे हा एक उपाय आहे. डॅझोमेट या कवकनाशकाचा उपयोग जमिनीतील काही रोगकारक कवकांच्या नाशासाठी करतात. (चहा पिकासाठी डॅझोमेटच्या वापरावर प्रतिबंध घालण्यात आला आहे). सूत्रकृमीच्या नियंत्रणासाठी डीडी मिश्रण (डायक्लोरोप्रेपीन व डायक्लोरोप्रोपेन यांचे मिश्रण) किंवा एखादे सूत्रकृमिनाशक जमिनीत वापरतात.

(२) बीजप्रक्रिया : बीजप्रक्रियेचे तीन उद्देश असतात : (अ) बीजांतर्गत सूक्ष्मजीवांचा नाश करणे, (आ) बीजांच्या पृष्ठभागावरील रोगकारक कवकांचा व सूक्ष्मजीवांचा नाश करणे, (इ) बियांचे अंकुरण झाल्यावर उगवून येणाऱ्या रोपांचे जमिनीतील सूक्ष्मजीवांपासून रक्षण करणे. बीजांतर्गत जिवाणूचा नाश करण्यासाठी रासायनिक बीजलेपनाचा (काही अपवाद वगळल्यास) फारसा उपयोग होत नाही. बियांच्या पृष्ठभागावरील रोगकारकांचा नाश करण्यासाठी आणि उगवणाऱ्या रोपांचे संरक्षण करण्यासाठी निरनिराळ्या कवकनाशकांचा बीजप्रक्रियेसाठी वापर करण्यात येतो. १ टक्का पारा असलेली पाऱ्यांची संयुगे या कामी उपयुक्त ठरली होती; पण पारा विषारी असल्यामुळे पारायुक्त कवकनाशक लावलेली बी पेरणीसाठी

वापरल्यास ते नंतर खाण्यासाठी उपयोगात आणता येत नाही. हल्ली पारायुक्त कवकनाशकाचा उपयोग बंद करण्यात आला आहे. टेट्रामिथील थायरम डायसल्फाईड (टीएमटीडी; थायरम) हे गंधकाचे कार्बनी संयुग हल्ली बीजप्रक्रियेसाठी वापरले जाते.

(३) वनस्पतीच्या जमिनीवरील भागाचे संरक्षण : कवकाचे बीजाणू अगर जीवाणू वनस्पतीवर पडण्यापूर्वी कवकनाशकाचा किंवा जीवाणुनाशकाचा उपयोग करून वनस्पतीस संरक्षणआवरण केले जाते. रोगकारकाचा वनस्पतीतील प्रवेश रोखणे हा याचा उद्देश आहे. कवकनाशक म्हणून गंधकाचा वापर एकोणिसाव्या शतकाच्या मध्यापासून करण्यात येत आहे. भुरी रोगावर याचा विशेष फायदा दिसून येतो. धुरळणीसाठी वापरण्यात येणारे गंधक सूक्ष्म कणांचे असणे आवश्यक आहे. अति सुक्ष्म कणांचे गंधक पाण्यात मिसळून फवारता येते. १८८५ मध्ये चुना व मोरचुद यांच्या मिश्रणापासून तयार केलेल्या बोर्डो मिश्रणाचा शोध लागला. सुरुवातीला द्राक्षावरील केवडा व बटाट्याचा करपा या रोगांवर हे कवकनाशक युरोपात फार प्रभावी ठरले. अद्यापही याचा पुष्कळ रोगांवर वापर करण्यात येतो. परंतु ते तयार केल्यावर लगेच वापरावे लागते. यासाठी कॉपर ऑक्साईड अथवा कॉपर ऑक्सिक्लोराईड ५० टक्के ताम्र असलेली कवकनाशके बाजारात उपलब्ध असतात. ही भुकटीच्या स्वरूपात असून पाण्यात मिसळून फवारणीसाठी सुद्धा वापरतात. झाडाच्या फांद्या छाटल्यावर छाटलेल्या जागी रोगकारकाची वाढ होऊ नये यासाठी लावतात. तसेच संत्री व मोसंबीच्या झाडाचे डिंक्या रोगापासून संरक्षण करण्यासाठी ह्या मिश्रणाची पेस्ट लावतात.

इ. स. १९३४ च्या सुमारास डायथायोकार्बोमेट या गंधकाच्या कार्बनी संयुगाचा शोध लागला. दुसऱ्या महायुद्धात तांब्याची टंचाई निर्माण झाल्यामुळे गंधकाच्या कार्बनी संयुगांचा वापर फार मोठ्या प्रमाणावर होऊ लागला. थायरम, झायरम, झायनेब, मॅनेब ही या वर्गातील काही कवकनाशके आहेत.

प्रतिजैविक पदार्थांचा वनस्पतिरोग नियंत्रणासाठी वापर करण्याच्या दृष्टीने प्रयत्न झाले. काही कवकजन्य व जीवाणुजन्य रोगांवर त्यांचा चांगला परिणाम दिसून आला. उदाहरणार्थ, स्ट्रेप्टोमायसीन, ऑरिओफंजीन, ट्रायकोडर्मा इत्यादी. सध्या उपलब्ध असलेल्या बऱ्याच कवकनाशकांचा उपयोग मुख्यत: वनस्पतीच्या बाह्यसंरक्षणासाठी होतो. आंतरिक संरक्षणासाठी (म्हणजेच पर्यायाने रोगकारकाच्या निर्मूलनासाठी) त्यांचा फारसा उपयोग होत नाही. मुळावाटे अगर त्वचेतून कवकनाशकाचे वनस्पतीत शोषण होऊन त्यापासून वनस्पतीला अपाय न होता तिचे सूक्ष्मजीवापासून आंतरिक संरक्षण करण्याचे प्रयत्न सुरू आहेत. याबाबत आणखी संशोधन होऊन सुरक्षित कवकनाशके उपलब्ध होणे गरजेचे आहे. आंतरिक संरक्षणासाठी पुढील आंतरप्रवाही कवकनाशके उपलब्ध असून काहींचा परिणाम बराच आशादायक आहे. बेनोमिल, कार्बेनडॅझीम, कार्बोक्झिन, ऑक्सिकार्बोक्झिन, ट्रायडोमॉर्फ, मेटॅलॅक्झील इत्यादी.

प्रतिरक्षण उपाययोजना

ज्याप्रमाणे मानवात व प्राण्यात रोगप्रतिकारक्षमता असते त्याचप्रमाणे वनस्पतीतही अशी रोगप्रतिकारक्षमता कमी-जास्त प्रमाणात आढळून येते. ज्यावेळी निसर्गात रोगाचा प्रादुर्भाव मोठ्या प्रमाणात होतो त्यावेळी रोगाला बळी पडणाऱ्या वनस्पती आपोआपच नाहीशा होतात. ज्या जिवंत राहतात अशा काही वनस्पतीमध्ये रोगप्रतिकारक क्षमता जास्त प्रमाणात आढळून येते; परंतु ही निवडक्रिया संथ गतीने चालू असते. शिवाय रोगाच्या वाढीसाठी सर्वस्वी अनुकूल हवामान सर्वच ठिकाणी नसते. त्यामुळे बाह्यत: रोगप्रतिकारक

वाटणाऱ्या वनस्पती बऱ्याच वेळा रोगकारकाच्या तावडीतून निसटलेल्या असतात. वनस्पती प्रजननशास्त्र व पीकरोगशास्त्र यांच्या प्रगतीमुळे निसर्गातील संथ गतीने होणाऱ्या कामाला चालना देऊन पिकांचे रोगप्रतिकारक वाण अल्प कालावधीत उपलब्ध करून देणे शक्य झाले आहे.

वनस्पतीतील रोगप्रतिकारक क्षमतेच्या निश्चित स्वरूपासंबंधी पुष्कळसे संशोधन झाले आहे. या संशोधनावरून सर्वसाधारणपणे असे म्हणता येईल की, वनस्पतीतील रोगप्रतिकारकक्षमता आनुवंशिक असून निरनिराळ्या कारणांमुळे असू शकते. त्वचा व आंतरत्वचा यांची जाडी, जलउत्सर्जक रंध्रे, त्यांची संख्या, त्यांचा आकार व रचना, देठावरील व पानांवरील केस व मेणासारख्या पदार्थाचा थर, वनस्पतीमध्ये रोगकारकाला यजमान अशा अन्नाचा अभाव आणि रोगकारकाला मारक अशी वनस्पतीच्या पेशीतील द्रव्ये इत्यादी कारणांमुळे रोगप्रतिकारक्षमता येते. रोगप्रतिकारक्षमता सर्व वनस्पतींमध्ये सारखी असत नाही. काहीमध्ये उच्च प्रतीची, तर काहींमध्ये मध्यम असते. वस्तुतः रोगप्रतिकार व रोगप्रवृत्ती या दोन्ही गोष्टी बदलणाऱ्या आहेत. विशिष्ट प्रकारच्या रोगाला पूर्णपणे प्रतिकारक्षमता असलेली जात क्वचितच आढळते. पिकांचे रोगप्रतिकारक वाण पुढील मार्गांनी उपलब्ध करता येतात : (अ) रोगप्रतिकारक वाण बाहेरून आणून लावणे, (आ) स्थानिक वाणामधील रोगप्रतिकारक वनस्पतीची निवड करून नवीन वाण प्रस्थापित करणे, (इ) संकरण पद्धती (ई) कलम पद्धत

(अ) रोगप्रतिकारक वाण बाहेरुन आणून लावणे : पिकाचे स्थानिक वाण एखाद्या रोगाला बळी पडत असेल, तर त्या रोगाला प्रतिकारक वाण बाहेरील प्रदेशातून आणून लावणे हा सर्वात सोपा व कमी खर्चाचा उपाय आहे. परंतु अशा वाणामध्ये स्थानिक वाणातील इतर चांगले गुणधर्म असतील आणि स्थानिक हवामानात त्यांची चांगली वाढ होत असेल, तरच नवीन वाण शेतकऱ्यांमध्ये सर्वमान्य होतात, शिवाय हे वाण दुसऱ्या रोगाला बळी पडणारे असेल, तर एका रोगापासून होणारे नुकसान वाचवताना दुसरे रोग त्या भागात पसरण्याचा संभव असतो. या पद्धतीने काही बाबतीत यश आले आहे, तर काही बाबतीत दुषपरिणाम दिसून आले आहेत. १९२५ सालच्या सुमारास पश्चिम भारतात टिक्का रोगामुळे स्थानिक भुईमुगाच्या जातीचे फार नुकसान झाले होते. त्यावेळी बिग जपान, स्पॅनिश पीनट हे लवकर तयार होणारे वाण परदेशातून आणून त्यांची लागवड करण्यात आली होती. काही वर्षे हे वाण रोगमुक्त होते. मर रोगामुळे सोनकेळी हा केळीचा प्रकार पुणे जिल्ह्याच्या काही भागात लावणे अशक्य झाले होते. त्यावेळी बसराई हा केळीचा वाण लावल्याने नुकसान होणे थांबले होते.

(आ) निवड पद्धतः ज्यावेळी पिकावर रोग मोठ्या प्रमाणावर उद्भवतो त्यावेळी काही झाडे रोगमुक्त अगर कमी प्रमाणात रोगट झालेली आढळतात. अशा प्रत्येक झाडाचे बी वेगळे ठेवून पुढील हंगामात ते शेतात अगर काचगृहात कुंड्यांमध्ये पेरले जाते. कुंड्यांतील झाडांना कृत्रिम तऱ्हेने रोगाची लागण करून त्यातील रोगप्रतिकारक झाडामधून पुन्हा निवड केली जाते. अशा रितीने एका झाडाची सर्व पुढील पिढी रोगप्रतिकारक व इतर बाबतीत शुद्ध आहे असे दिसून येईपर्यंत ही निवड चालू राहते. अशा प्रकारच्या निवड पद्धतीला शुद्ध वाण पद्धत म्हणतात. शुद्ध वाण प्रस्थापित झाल्यावर त्याचे बी मोठ्या प्रमाणावर तयार करून लागवडीसाठी दिले जाते. या पद्धतीने तूर, हरभरा, कापूस, वाटाणा, वगैरे पिकांचे मर रोगप्रतिकारक वाण उपलब्ध केले गेले आहेत. यासाठी काचगृहात मातीच्या तापमानाचे नियंत्रण करून

रोगकारकांच्या वाढीसाठी इष्टतम असे तापमान ठेवले जाते. तसेच वेगवेगळ्या संशोधन केंद्राच्या ठिकाणी विशिष्ट रोगकारके जमिनीत मोठ्या प्रमाणात वाढवली जातात आणि अशा रोगकारकयुक्त मातीत बियाणे लागवड केली जाते. त्या रोगकारक जमिनीत जी बियाणे चांगल्या प्रकारे उगवून पूर्ण झाड विकसित होते, असे झाड निवडून त्याचे गुणन करून त्याची रोगप्रतिकारक जात विकसित केली जाते. उदाहरणार्थ, बीडी एन-१, बी.एस. एम.आर -८५३.

(इ) संकरण पद्धती : बऱ्याच वेळा रोगप्रतिकारक असलेले पिकाचे वाण उपलब्ध असते. परंतु स्थानिक हवामानात त्याची योग्य तऱ्हेने वाढ होत नाही अथवा इतर आवश्यक गुणात ते स्थानिक वाणापेक्षा कमी दर्जाचे असतात. अशा वेळी स्थानिक वाणाचा रोगप्रतिकारक वाणासोबत संकर केला जातो. संकरित बीजापासून उत्पन्न झालेली झाडे सारख्या गुणधर्माची नसतात. निरनिराळ्या झाडांमध्ये दोन्ही वाणांतील निरनिराळ्या गुणधर्माचा संयोग झालेला असतो. यासाठी कृत्रिम तऱ्हेने रोगाची लागण करून संकरित बीजापासून उत्पन्न झालेल्या झाडामधून रोगप्रतिकार आणि स्थानिक वाणातील चांगले गुणधर्म असलेल्या झाडाची निवड केली जाते. या झाडाचे बी वेगळे ठेवून पुढील हंगामात रोगप्रतिकारक्षमतेसाठी परीक्षा घेतली जाते व रोगप्रतिकारक झाडापासून पुन्हा निवड केली जाते. शुद्ध वाण प्रस्थापित झाल्यावर उत्पादन, आकार, रंग, चव वगैरे बाबींसाठी निरनिराळ्या प्रयोगक्षेत्रांवर बी लावून परीक्षा केली जाते आणि समाधानकारक ठरल्यास मोठ्या प्रमाणावर बी तयार करून शेतकऱ्यांना ते दिले जाते. गव्हाचे तांबेरा रोगप्रतिकारक वाण अशा पद्धतीने इतर देशात व भारतात उपलब्ध केले गेले आहे. तसेच कापसाचे मर रोगप्रतिकारक वाण महाराष्ट्र, कर्नाटक व गुजरात या राज्यात संकरण पद्धतीने तयार केले गेले आणि त्यामुळे मर रोगाचा प्रादुर्भाव बराच कमी झाला.

(ई) कलम पद्धती : फळझाडांच्या रोगाच्या बाबतीत या पद्धतीचा अवलंब केला जातो. रोगप्रतिकारक वाणाचा खुंट म्हणून उपयोग करून त्यावर आपल्याला पाहिजे त्या वाणाचे कलम केल्याने त्यापासून वाढणाऱ्या झाडात रोगप्रतिकारक वाणातील प्रतिकारक्षमता येते. फळझाडांच्या विषाणुजन्य रोगांसाठी या पद्धतीचा अवलंब केला जातो.

वरील काही पद्धतीमध्ये अनेक अडचणी आहेत. त्यातील महत्त्वाच्या काही अडचणी पुढीलप्रमाणे आहेतः- (१) रोगप्रतिकारक्षमता व पिकांतील अनिष्ट गुणधर्म यांचे सहअस्तित्व असल्यास रोगप्रतिकारक वाणामध्ये अनिष्ट गुणधर्म आनुवंशिकतेने उतरतात. अशा बाबतीत रोगप्रतिकारक पण त्याचबरोबर अनिष्ट गुणधर्म नसलेला वाण प्रस्थापित करणे शक्य नसते. (२) निसर्गात रोगकारक कवक, जिवाणू व विषाणू यांच्यामध्ये अनेक उपजाती असू शकतात आणि निरनिराळ्या पद्धतीने नव्या उपजाती निर्माण होतात. रोगकारकाची नवी उपजाती निसर्गात निर्माण झाल्यास, जुन्या उपजातीला प्रतिकारक असलेले वाण रोगकारकाच्या नव्या उपजातीला प्रतिकारक नसल्यास त्यावर रोग पडून नुकसान होते. रोगकारकाच्या जुन्या व नव्या उपजातींना प्रतिकार करणारा आणि लागवडीच्या दृष्टीने उपयुक्त असा पिकाचा वाण संकरण पद्धतीने पुन्हा तयार करावा लागतो आणि हे काम अवघड असते. यासाठी ९-१० वर्षांचा कालावधी लागतो. (३) प्रत्येक पिकावर बहुधा एकाहून अधिक रोग पडतात. एका रोगाला प्रतिकारक असलेले पिकांचे वाण इतर रोगांना प्रतिकारक असतेच असे नाही. ❑

१०. एकात्मिक रोगव्यवस्थापन

एकात्मिक याचा अर्थ एकत्रितरित्या, रोगनियंत्रणाचे जे काही विविध मार्ग आहेत त्या सर्वांचा एकत्रितरित्या रोग व्यवस्थापनासाठी उपयोग करणे. रोगव्यवस्थापन म्हणजे रोगाचे पूर्ण उच्चाटन न करता रोगकारकास आर्थिक नुकसानीच्या पातळीच्या खाली ठेवणे. निसर्गात सर्व गोष्टींचा सम तोल राखणे गरजेचे असते. एक सजीव दुसऱ्या सजीवावर अवलंबून असतो. सर्वच कवक किंवा जिवाणू नष्ट झाले तर निसर्गाचा समतोल बिघडू शकतो, तसेच आपणही सर्व कवक, जीवाणू, मायकोप्लाझ्मा नष्ट करू शकत नाही. परंतु त्यांची संख्या खूप आर्थिक नुकसान करणार होणार नाही यासाठी व्यवस्थापन नक्कीच करू शकतो.

एकात्मिक रोगव्यवस्थापनाची तीन मूलभूत अंगे

(अ) मशागतीचे उपाय, (आ) रासायनिक उपाय, (इ) जैविक उपाय

(अ) मशागतीचे उपाय : योग्य मशागत करून आपण रोगनियंत्रणासाठी हातभार लावू शकतो. जसे की,

१. पेरणीपूर्व/लागवडीपूर्व मशागत करणे. उदाहरणार्थ, उन्हाळ्यात खोल नांगरट करणे, कुळवणे ज्यामुळे जमिनीत असणारे कवकाचे बीजाणू, जीवाणू सूर्यप्रकाशात येऊन मारले जातील.

२. शेतातील पूर्व हंगामातील वनस्पती व गवतांचे अवयव, गोळा करून नष्ट करणे. वनस्पतीच्या अवयवांवर कवके, जीवाणू, जिवंत राहतात व पुढील हंगामात ते नवीन जीवनक्रमाची सुरुवात करतात.

३. पिकांची फेरपालट करावी, कारण सूक्ष्मजीवाच्या/रोगकारकांच्या काही विशिष्ट प्रजाती ठरावीक पिकांवरच त्यांचा जीवनक्रम पूर्ण करतात. जर रोगकारकाला प्रत्येक हंगामात त्याला लागणारी वनस्पती मिळत गेली तर त्या रोगाचा प्रादुर्भाव मोठ्या प्रमाणात होतो.

४. **बीज/रोप/कलम/कंद/बेणे निवड :** शुद्ध बीजापोटी फळे रसाळ गोमटी, म्हणून पेरणीसाठी वापरण्यात येणारी, रोपे, बेणे हे मुळतः रोगमुक्त असावीत. त्यांच्या जाती रोगप्रतिकारक असाव्यात.

५. **बीजप्रक्रिया :** पेरणीपूर्वी/लागवडीपूर्वी बियाण्याला बीजप्रक्रिया करावी. जेणेकरून पिकाच्या पुढील आयुष्यात त्याचा रोगापासून बचाव होऊ शकतो. ज्याप्रमाणे बाळाला लहानपणी लसीकरण केल्यानंतर त्याचा पूर्ण आयुष्यभर त्या रोगापासून बचाव होतो, त्याप्रमाणे बीजप्रक्रियेचा वनस्पतींना फायदा होतो. रोपांची लागवड करण्यापूर्वी त्याची मुळे बुरशीनाशकाच्या, जीवाणुनाशकाच्या द्रावणात बुडवावीत. तसेच फळबागेत झाडांची लागवड करण्यापूर्वी खड्ड्यात कवकनाशकाची पावडर टाकावी.

६. **बियाणांचे प्रमाण :** प्रत्येक पिकात तसेच फळबागेत झाडांची संख्या योग्य प्रमाणात असावी. त्यासाठी कृषि विद्यापीठाने शिफारस केलेले प्रमाण वापरावे. दोन झाडांमधील ओळीमधील अंतर विद्यापीठ शिफारशीनुसार असावे. झाडांची दाटी जास्त झाल्यास बागेत हवा खेळती राहत नाही व वातावरण दमट होते व रोगांचा प्रादुर्भाव मोठ्या प्रमाणात होतो. बियाणांची पेरणी करताना बियाणे जास्त खोलवर पेरू नये. जास्त खोल पेरलेल्या बियाण्याला उगवण्यासाठी वेळ जातो, जास्त काळ बी जमिनीत राहिल्यास बी कूजणे हा प्रकार होतो.

७. **पेरणी/लागवडीची वेळ :** पेरणीची योग्य वेळ पाळावी. उदाहरणार्थ, रब्बी ज्वारी पेरणीस उशीर झाल्यास ज्वारी पक्वतेच्या वेळी पाण्याची कमतरता भासते व ज्वारीस कडकड्या रोगाचा प्रादुर्भाव होतो. उशिरा पेरलेल्या गव्हावर तांबेरा रोगाचा प्रादुर्भाव जास्त प्रमाणात पाहावयास मिळतो. बाजरीची, ज्वारीची फुलोऱ्याची अवस्था जर पावसात सापडली तर अरगट रोगाचा प्रादुर्भाव होतो. ज्वारीची पेरणी लवकर केल्यास काणी रोगाचा प्रादुर्भाव कमी होतो.

८. **तण व्यवस्थापन :** बरेच रोगकारक शेतातील तसेच बांधावरील गवतावर जीवनक्रम पूर्ण करतात व रोगांचा प्रादुर्भाव वाढवतात. तसेच शेतातील तण अन्नद्रव्याचे शोषण करून पिकास कमजोर बनवते. असे कमकुवत पीक रोगास सहज बळी पडते. हे टाळण्यासाठी पिकात, बागात तणनिर्मूलन करावे. शेतात आधीच्या हंगामातील पिकांची झाडे उगवली असतील तर अशी झाडे उपटून नष्ट करावीत. कारण रोगास जर अशी झाडे मिळाली तर त्या विशिष्ट पिकावरील रोग बिगर हंगामात जिवंत राहतात व पुढील हंगामात रोग पसरवतात.

९. **खत व्यवस्थापन :** खतामुळे अन्नद्रव्य प्राप्त होते, शेणखतामुळे जमिनीचा पोत सुधारतो, शेणखत जमिनीस देत असताना त्यामध्ये जैविक रोगनियंत्रक उदाहरणार्थ, ट्रायकोडर्मा किंवा सुडोमोनास मिसळल्यास मातीतून उद्‍भवणाऱ्या रोगांचा प्रादुर्भाव कमी होतो. रासायनिक खताची मात्रा विद्यापीठ शिफारशीनुसारच द्यावी. नत्रयुक्त खते खंड स्वरूपात जास्त वेळा वापरावीत, एकाच वेळी पूर्ण मात्रा वापरू नये. नत्रयुक्त खतांचा वापर जास्त करू नये, जास्त वापर केल्यास झाडाची कायिक/शारीरिक वाढ अवास्तव होऊन रोगप्रतिकारक क्षमता कमी होते.

१०. **पाणी व्यवस्थापन :** पिकांना मोकाट पद्धतीने पाणी देण्याऐवजी ठिबक, तुषार सिंचन पद्धतींचा पिकानुसार वापर केल्यास पिकांना गरजेच्या वेळी योग्य प्रमाणात पाणी मिळते व गवताचा प्रादुर्भाव कमी होतो. फुलोऱ्याच्या अवस्थेत पिकास पाण्याचा ताण पडल्यास मर रोगाचा प्रादुर्भाव होतो. तसेच भाजीपाला पिकांत गरजेपेक्षा जास्त पाणी दिल्यास पिथिअममुळे होणारा मर रोग, खोड कूज, बी कूज, रोप कोलमडणे यासारख्या रोगांचा प्रादुर्भाव होतो.

११. **इतर :** फळबागेतील रोगग्रस्त झाडे, झाडांचे अवयव, रोगट, गळलेली फळे वेळीच गोळा करून किंवा जाळून टाकावीत. उदाहरणार्थ, डाळींब बागांतील तेल्या, फळ कूजसारखी रोगग्रस्त फळे जमिनीवर पडून तेथेच राहिल्यास त्या रोगग्रस्त फळाच्या एका लहानश्या तुकड्यात लाखो जीवाणू असतात ते नवीन झाडास रोगाची लागण करतात. डाळिंबाच्या पूर्ण बागा रोगग्रस्त करतात. त्याकरिता रोगग्रस्त फांद्यांची छाटणी करावी व छाटलेल्या भागावर बोर्डो पेस्ट लावावी.

(आ) रासायनिक उपाय

बीजप्रक्रिया : वेगवेगळ्या रासायनिक कवकनाशकांची, जिवाणूनाशकांची बीजप्रक्रिया करावी. उदाहरणार्थ, थायरम, कॅप्टान, मेटॅलॅक्झील, कार्बोक्झिन इ. (बीजप्रक्रियेबद्दल सविस्तर माहिती बीजप्रक्रिया या प्रकरणास दिली आहे.)

फवारणी/धुरळणी : रोगांचा प्रादुर्भाव दिसताच रोगानुसार योग्य कवकनाशकाची, जिवाणूनाशकाची फवारणी घ्यावी. विषाणुजन्य रोगव्यवस्थापनासाठी विषाणू वाहकांचे नियंत्रण करावे. जेणेकरून विषाणू पसरवणारे किटक मारले जातील. (पिके, पिकांवरील रोग व त्यांच्या रासायनिक व्यवस्थापनासाठी वापरली जाणारी रसायने/औषधे याबद्दल सविस्तर माहिती बुरशीनाशकांचे वर्गीकरण या प्रकरणात दिली आहे.)

(इ) जैविक उपाय

जैविक रोगनियंत्रके म्हणून काही कवकांचा व जीवाणूंचा उपयोग होतो. ही कवके व जीवाणू रोगकारक कवकांवर व जीवाणुंवर आपली उपजीविका करतात व त्यांना नष्ट करतात. उदाहरणार्थ, (१) ट्रायकोडर्मा विरीडी, (२) ट्रायकोडर्मा हेमॅटम, (३) ट्रायकोडर्मा हारझिॲनम, (४) सुडोमोनास फ्ल्युरेस्केन ही जैविक रोगनियंत्रके बाजारात पावडर तसेच द्रवस्वरूपात उपलब्ध असतात. यांचा वापर बीजप्रक्रिया, फवारणी, तसेच मातीत निचरा करण्यासाठी करता येतो. बीजप्रक्रिया करण्यासाठी ही जैविक नियंत्रके साधारणतः ५ ग्रॅम प्रतिकिलो बियाणे या प्रमाणात वापरावीत किंवा ३ किलोग्रॅम. जैविक नियंत्रकाची पावडर १० किलोग्रॅम शेणखतात मिसळून हे शेणखत फळबागात वापरावे.

अशा प्रकारे मशागत, रासायनिक व जैविक मार्गाचा एकाच वेळी एकत्रित वापर करून रोगाचे व्यवस्थापन करणे म्हणजेच एकात्मिक रोगव्यवस्थापन होय.

❑

११. पिकांवरील विविध रोग

बुरशीजन्य मर (रंगीत पारदर्शिका पृष्ठ ६५)

रोगकारक : फ्युसॅरिअम स्पेसीज

लक्षणे

मर रोग हा मुख्यतः बुरशीमुळे होतो. मर रोगात रोगकारक पाणी वनस्पतीच्या मुळाकडून शेंड्याकडे अथवा इतर भागांकडे वाहून नेणाऱ्या नलिकेवर (xylem) हल्ला करतात. बुरशीची लागण मुळाद्वारे होते. मर रोगाची बुरशी फुग्याच्या आकाराचे कवकतंतुनलिकेत तयार करतात. याचा परिणाम म्हणून, अन्नद्रव्ये व पाणी झाडाच्या इतर भागापर्यंत पोहोचू शकत नाही. सुरुवातीला झाडाच्या शेंड्याकडील भाग सुकून खाली लोंबत राहतो. १-२ दिवसांत झाडाच्या इतर फांद्या शेंड्याकडून खोडाकडे सुकत येतात. रोगट झाड पाण्याच्या कमरतेमुळे सुकल्यासारखे दिसते. ४-५ दिवसांत झाडाची पाने पिवळी पडून वाळून जातात व गळून पडतात. अशा झाडाच्या खोडाचा उभा छेद घेतल्यास मध्यभागातील जलवाहक नलिका करड्या ते काळपट रंगात बदलेली दिसते. झाडाच्या फांद्या सुरकुतलेल्या दिसतात व नंतर वाळून जातात. झाडाच्या शेंगा, फळे सुरुवातीच्या अवस्थेत सुकतात, त्यांची वाढ थांबते व नंतरच्या अवस्थेत ती वाळून कडक होतात. त्यांचा रंग गडद विटकरी ते काळसर होत जातो.

पिके : तूर, हरभरा, डाळींब, मिरची, वांगी, केळी, पेरू

पोषक हवामान

१. जमीन आम्लयुक्त असेल तर प्रादुर्भाव अधिक असतो. (जमिनीचा सामू ६.० असल्यास).
२. हलक्या जमिनीत रोगाचा प्रादुर्भाव, भारी जमिनीपेक्षा जास्त असतो.

प्रसार

१. या रोगकारकाचे बीजाणू मातीत, झाडांच्या रोगग्रस्त मृत अवयवांवर ६-७ वर्षे सुप्त अवस्थेत जिवंत राहतात व पुढील हंगामात नवीन पिकांना मुळावाटे रोगाची लागण करतात.
२. या रोगकारकाची सुप्त अवस्था जमिनीत असल्यामुळे याचा प्रसार वाहत्या पाण्यामुळे होतो, तर दूरवर प्रसार मातीच्या, खताच्या वहनातून होतो.

व्यवस्थापन

१. मातीतील, शेतातील रोगग्रस्त झाडांचे अवयव गोळा करून नष्ट करावेत.
२. भाजीपाला पिकांत मर रोगामुळे मेलेली झाडे उपटून नष्ट करावीत.
३. रोपांची लागवड करताना मुळांना इजा होऊ देऊ नये.
४. फळबागांत आम्लयुक्त जमिनींचा सामू अल्कयुक्त/उदासिन करण्यासाठी प्रतिझाड ६ किलो निंबोळी पेंड +२ किलो जिप्सम टाकावे.

५. नत्रयुक्त खते व झिंकचा योग्य वापर करावा, अतिरिक्त वापर टाळावा.
६. रोगाची लक्षणे दिसताच ट्रायकोडर्मा व्हिरीडी अथवा ट्रायकोडर्मा हार्झीॲनम हे जैविक नियंत्रकांचा शेणखताबरोबर अथवा पाण्यात मिसळून खोडाजवळ मातीत ओतावे.(प्रमाण २ कि. ट्रायकोडर्मा + ५० कि. शेणखत)
७. भाजीपाला पिकांत बुरशीनाशकाची बीजप्रक्रिया करावी व लागवडीपूर्वी रोपांची मुळे बुरशीनाशकाच्या द्रावणात बुडवावीत (सविस्तर माहितीसाठी बीजप्रक्रिया प्रकरण पहावे).
८. डाळवर्गीय/कडधान्य पिकांची फेरपालट तृणधान्य पिकांबरोबर करावी. सलग एकाच शेतात कडधान्य पिकांची लागवड टाळावी.
९. मर प्रतिकारक जाती पेरणीसाठी वापराव्यात. उदाहरणार्थ, तुरीतील मर प्रतिबंधक जाती - बी.डी. एन-१, बी.एस्.एम.आर ८५३.

• भुरी (रंगीत पारदर्शिका पृष्ठ ६६)

रोगकारक : ओइडम स्पेसिज्, इरेसिफे स्पेसिज्

लक्षणे : हा बुरशीजन्य रोग असून, याचा प्रादुर्भाव झाडाच्या वाढीच्या सर्व अवस्थांमध्ये होतो. या रोगाची लक्षणे मुख्यतः पानांवर आढळतात; परंतु रोगाचे प्रमाण अधिक असेल किंवा हवामान अनुकूल असेल तर रोगांची लक्षणे कोवळ्या फांद्या, फुले, फळे यांच्यावरही आढळतात. रोगाच्या सुरुवातीच्या अवस्थेत पानांवर लहान लहान पांढऱ्या पावडरच्या स्वरूपातील ठिपके आढळतात. जवळून निरखून पाहिल्यास पांढऱ्या ठिपक्यात बुरशीचे तंतू दिसतात. कालांतराने या पांढरट ठिपक्यांचा आकार वाढत जाऊन ते एकमेकांत मिसळतात व पूर्ण पान पांढऱ्या पावडरसारख्या बुरशीच्या वाढीने माखून जाते. ही बुरशीची वाढ झाडांच्या अवयवांवर फक्त पृष्ठभागावरच आढळते. कालांतराने रोगग्रस्त पाने पिवळी होतात, त्यांचा आकार वाढत नाही, पाने गडद राखी रंगाची होऊन गळून जातात. बुरशीची वाढ जर फळांवर झाली असेल तर फळे सुरकुततात व त्यांची वाढ खुंटते. बोर, आंबा यांचा मोहर सुरुवातीला पांढऱ्या बुरशीने व्यापला जातो व नंतर गडद राखी रंगाचा होऊन करपतो. रोगाच्या जास्त प्रादुर्भावात झाडांची पानगळ होते. द्राक्षामध्ये रोगाचा प्रादुर्भाव घडावर, पानांवर होतो, बुरशीमुळे द्राक्षांच्या मण्यांना चिरा पडून त्यांना विटकरी रंग प्राप्त होतो. प्रकाशसंश्लेषण क्रिया मंदावल्यामुळे फळांचा आकार लहान राहतो व आर्थिक नुकसान होते.

पिके : आंबा, बोर, साग, गुलाब, तूर, मूग, उडीद, वाटाणा, सोयाबीन, मिरची, द्राक्ष, भोपळा, दोडका, कलिंगड इ.

पोषक हवामान

१. दिवसा थंड, कोरडे हवामान व रात्री थंडी अशा हवामानात मुख्यतः सप्टेंबर ते नोव्हेंबर या महिन्यात या रोगाचा प्रादुर्भाव होतो.
२. कोरड्या थंड हवामानात या रोगांच्या बीजाणूंचे अंकुरण होते.
३. कमाल तापमान मर्यादा २७-३१° सें.

प्रसार : या रोगाचे बीजाणू रोगट फांद्यावर, पानाच्या देठातील डोळ्यांमध्ये सुप्त अवस्थेत राहतात व अनुकूल हवामान मिळाल्यानंतर ते पानांवर, फळांवर वाढतात व अनेक बीजाणू तयार करतात. या रोगाचे बीजाणू शेतात, हवेमार्फत इतरत्र पसरतात व रोगाचा प्रादुर्भाव वाढवतात.

व्यवस्थापन

१. शेतातील रोगग्रस्त फांद्या गोळा करून नष्ट कराव्यात.
२. पाण्यात मिसळणारे गंधक ०.३ टक्के या प्रमाणात फवारावे अथवा गंधक पावडर (३०० मेश) आकाराची १४ दिवसांच्या अंतराने दोन ते तीन वेळा धुरळणी करावी, अथवा डिनोकॅप बुरशीनाशकाची ०.१ टक्के या प्रमाणात फवारणी करावी. प्रादुर्भाव जास्त असल्यास महिन्याच्या अंतराने दुसरी फवारणी करावी.
३. गवार, मिरची या पिकावर येणारी भुरी वनस्पतीच्या अंतर्गत संस्थेत वाढत असल्यामुळे त्याच्यावरील भुरी नियंत्रणासाठी आंतरप्रवाही बुरशीनाशके उदाहरणार्थ, डिनोकॅपची फवारणी करावी.
४. या रोगाच्या बुरशीमध्ये ७० ते ७५% पाणी समाविष्ट असते. यामुळे बाहेरचे अतिरिक्त पाणी बुरशीस हानिकारक असते, म्हणजे या रोगाचा प्रादुर्भाव पिकावर स्वच्छ पाण्याची फवारणी केल्यास कमी होतो.

• केवडा **(रंगीत पारदर्शिका पृष्ठ ६७)**

रोगकारक : पेरोनोस्पोरॅसी कुटुंबातील प्लासमोपॅरा, पेरोनोस्पोरा, स्क्लेरोस्पोरा स्युडोपेरोनोस्पोरा स्पेसीज

लक्षणे : हा बुरशीजन्य रोग असून याचा प्रादुर्भाव वनस्पतीच्या वाढीच्या सर्व अवस्थांमध्ये होतो. या बुरशीची लागण व वाढ जमिनीच्या वरील झाडाच्या सर्व अवयवांवर होते. या रोगाची बुरशी ओलसर, मुलायम पांढऱ्या रंगाची किंवा पाण्याच्या वाफेसारख्या रंगाची असते. बुरशीची वाढ मुख्यतः पानास खालच्या बाजूने होते व पानाचा संबंधित वरचा भाग प्राथमिक अवस्थेत जांभळट पिवळसर होतो. या जांभळट पिवळसर भागाचा आकार ओबडधोबड असतो. ज्वारी, बाजरी, मका इ. पिकांच्या पानांवर लांबट गडद नारिंगी ते विटकरी रंगाचे समांतर पट्टे तयार होतात. बाजरीमध्ये या रोगकारकामुळे कणसातील फुलाच्या अवयवाचे रूपांतर हिरवट केसाळ वाढीत होते, कालांतराने या केसाळ वाढीचा रंग बदलून विटकरी काळपट होतो. म्हणून बाजरी पिकात याला गोसावी रोग किंवा झिपरी असे म्हणतात.

इतर द्विदल पिकांमध्ये पांढरट ठिपक्यांचा आकार वाढत जाऊन पानाच्या खालचा पूर्ण भाग बुरशीने व्यापला जातो. पानाचा वरचा भाग पिवळा होतो व अशी रोगट पाने कालांतराने विटकरी रंगाची होऊन गळून पडतात. कोवळ्या फांद्यांवर याचा प्रादुर्भाव झाल्यास कालांतराने द्राक्षाचे मणी टणक, निळसर हिरवे होऊन नंतर विटकरी रंगाचे बनतात. याच्या प्रादुर्भावामुळे मण्यांना भेगा पडत नाहीत.

पिके : द्राक्ष, ज्वारी, बाजरी, मका, कलिंगड, कोबी, वाटाणा, घेवडा, दोडका, भोपळा, कारले इत्यादी.

पोषक हवामान : रोगाची वाढ २०-२२° से. तापमान व हवेतील आर्द्रता ८०-९५ टक्के असल्यास अधिक होते.

प्रसार : झाडांच्या रोगट भागावर सुप्त अवस्थेत असणारे कवकतंतू तसेच बुरशीचे बीजाणू निरोगी झाडास रोगाची लागण करतात. रोगाची लागण झाल्यानंतर बुरशीच्या वाढीतून तयार होणारे बीजाणू हवेमार्फत इतरत्र पसरून रोगाचा प्रादुर्भाव वाढवतात.

व्यवस्थापन

१. झाडाचे रोगग्रस्त अवयव छाटून नष्ट करावेत. बागेत स्वच्छता राखावी.
२. बागेत/शेतात झाडांची गर्दी करू नये, अन्यथा आर्द्रतेचे प्रमाण वाढून रोगाचा प्रादुर्भाव वाढतो.
३. द्राक्षामध्ये खरड व गोडी छाटणी केल्यानंतर रोगट फांद्या जाळून नष्ट कराव्यात.
४. बोर्डो मिश्रणाची १ टक्के या प्रमाणात फवारणी करावी किंवा मेटॅलॅक्झील + मॅन्कोझेब बुरशीनाशकाची ०.३ टक्के अथवा क्लोरोथॅलोनिल ची ०.२ टक्के प्रमाणात फवारणी करावी.

• तांबेरा (रंगीत पारदर्शिका पृष्ठ ६८)

लक्षणे : तांबेरा हा बुरशीजन्य रोग असून, या रोगाची लक्षणे झाडाच्या वाढीच्या सर्व अवस्थांमध्ये आढळतात. या रोगाचा प्रादुर्भाव जमिनीच्या वरील अवयवांवर होतो. मुख्यतः पक्व पानांवर कोवळ्या पानांच्या तुलनेत लवकर व अधिक प्रादुर्भाव होतो. तांबेरा रोग फक्त सजीव वनस्पतीवरच वाढतो. त्यांची वाढ झाडाच्या मृत अवयवांवर तसेच प्रयोगशाळेतील कृत्रिम माध्यमांवर होत नाही. तांबेऱ्याचे मूळ लक्षण म्हणजे तांबूस रंगाचे लहान लहान पुरळ तयार होतात. प्राथमिक अवस्थेत पानांवर लहान पिवळे ठिपके तयार होतात, कालांतराने या पिवळसर ठिपक्यांच्या मध्ये तांबूस रंगाची पुरळ तयार होते. गहू, बाजरी, सोयाबीन, भुईमूग, सूर्यफूल या पिकामध्ये पुरळ पानांच्या बाहेर येते तर ज्वारी, मका या पिकांत पानांवर लालसर रंगाचे ठिपके तयार होतात, पुरळ तयार होत नाही. रोगाचा प्रादुर्भाव जास्त झाल्यास पूर्ण पानांवर अशी पुरळ तयार होऊन पूर्ण पान तांबूस होते. याचा परिणाम म्हणून प्रकाशसंश्लेषण क्रिया मंदावते. पाने पिवळी व नंतर करड्या रंगाची होऊन वाळून जातात. प्रादुर्भावग्रस्त झाडाच्या शेंगा, कणीस, फळे व बिया आकाराने लहान राहतात.

गव्हामध्ये तांबेऱ्याचे तीन प्रकार आढळतात.

(अ) काळा तांबेरा किंवा काडीवरील तांबेरा : या तांबेऱ्याचा प्रादुर्भाव साधारणतः मार्च-एप्रिल महिन्यामध्ये होतो. या प्रकारात गडद विटकरी रंगाची, उभट, निमुळती लहान आकाराची पुरळ गव्हाच्या काडीवर तयार होते, रोगाचा प्रादुर्भाव अधिक झाल्यास अशी पुरळ पानांच्या मध्य शिरेवर आढळते. वयानुसार पुरळ काळसर रंगाची होत जाते.

(आ) नारिंगी तांबेरा किंवा पानांवरील तांबेरा : या तांबेऱ्याचा प्रादुर्भाव जानेवारी-फेब्रुवारी महिन्यात आढळतो. या प्रकारात नारिंगी रंगाची लहान गोलाकार पुरळ पानांवर अस्ताव्यस्त स्वरूपात आढळते. याचा रंग नारिंगी असून वयानुसार रंगात बदल होऊन तो गडद नारिंगी होतो.

(इ) पिवळा तांबेरा किंवा पट्टीचा तांबेरा : पिवळ्या तांबेऱ्याची लक्षणे ही इतर तांबेऱ्याच्या तुलनेत लवकर आढळतात. याचा प्रादुर्भाव पानांवर आढळतो. मध्यशिरेला समांतर अशा पिवळ्या रंगाच्या पुरळांचा पट्टा एका सरळ रेषेत पानांवर तयार होतो. जास्त प्रादुर्भाव झाल्यास पानांवर एकमेकांना समांतर असे पिवळे पुरळांचे पट्टे आढळतात. वयानुसार यांचा रंग बदलून नारिंगी होत जातो.

जवसावरील तांबेऱ्यात झाडांच्या सर्व अवयवांवर पिवळसर नारिंगी रंगाच्या पुरळांचा गुच्छ तयार होतो. अधिक प्रादुर्भाव झाल्यास गुच्छांचा आकार वाढत जातो व नंतर पाने वाळून गळतात.

पीक : गहू, ज्वारी, बाजरी, मका, भुईमूग, सूर्यफूल

रोगकारक : पुक्सीनीया स्पेसीज

जवस : मेलामसोरा स्पेसीज

सोयाबीन : फॅकोस्पोरा स्पेसीज

पिके : गहू, जवस, ज्वारी, बाजरी, ऊस, मका, भुईमूग, सूर्यफूल, सोयाबीन इ.

पोषक हवामान : पुरेसा सूर्यप्रकाश, मध्यम तापमान, अधूनमधून पावसाच्या सरी, दव, धुके असे हवामान रोगाच्या वाढीस कारणीभूत ठरते. आर्द्र हवामान आणि अधूनमधून पावसाळी हवामान या रोगास पोषक असते.

प्रसार : या रोगाचा प्रसार रोगग्रस्त झाडावरील बीजाणू हवेमार्फत दुसऱ्या झाडावर स्थिरावल्याने होतो. गव्हावरील हा रोग बारबेरी नावाच्या झाडावर त्याच्या जीवनक्रमाचा काही काळ घालवतो व पुन्हा गव्हावर तांबेऱ्याची लागण करतो. एकदा या रोगाची लागण झाल्यास रोगाचे बीजाणू शेतात इतरत्र हवेच्या माध्यमातून पसरतात.

व्यवस्थापन

१. हंगाम नसताना पेरणी न करता स्वतःहून उगवून येणारे, गव्हाचे, सोयाबीनचे किंवा ज्या पिकांवर हा रोग येतो अशा पिकांची झाडे उपटून नष्ट करावीत.
२. ताम्रयुक्त कवकनाशकाचा (उदाहरणार्थ, बोर्डो मिश्रण) उपयोग या *रोगाचे नियंत्रण* करण्यासाठी करतात. (अधिक माहितीसाठी रोग व त्यावरील उपचार हे प्रकरण पाहावे.)
३. झाडांची दाटी टाळावी. पिकात, बागेत हवा खेळती असावी.
४. तांबेरा प्रतिकारक जातीची पेरणी करावी.

• काणी (रंगीत पारदर्शिका पृष्ठ ६९)

लक्षणे : हा कवकजन्य रोग असून, रोगाची लागण मातीतून तसेच काही प्रकारामध्ये बियाण्याच्या मार्फत होते. रोगाची लागण बीज अंकुरतानाच मुळावाटे होत असली तरी या रोगाची लक्षणे झाड फुलोऱ्यात आल्यानंतरच दिसतात, तोपर्यंत या रोगकारकाचे कवकतंतू झाडाच्या अंतर्भागात स्वतःची वाढ करत असतात. झाड जेव्हा फुलोऱ्यात येते अशा वेळी अंतर्भागात वाढत असलेले कवकतंतू गोळा होऊन कणसातील दाण्याची जागा घेतात व दाण्याच्या जागी गोल, लांबट, राखाडी काणी (काळ्या रंगाच्या गाठी) तयार होतात. ज्वारीमध्ये चार प्रकारचे काणी रोग आढळतात :

१. **दाणे काणी** : कणसातील काही दाण्यांच्या जागीच काणी तयार होतात.
२. **मोकळी काणी :** कणसातील ओंब्या सुट्या होऊन कालांतराने काणी फुटते व काळी पावडर (काजळी) बाहेर पडते.

३ **केसाळ काणी :** ज्वारीचे पूर्ण कणीसच केसाळ काणीत रुपांतरीत होऊन कालांतराने काजळी बाहेर पडून तो भाग काळा होतो.

४. **लांब काणी :** काणीचे रूपांतरीत फूल लांब त्रिशंकूसारखे होते व त्याला दाबताच त्यातून काणी पावडर येते.

गव्हामध्ये मोकळी काणी हा प्रकार आढळतो. या रोगात गव्हाच्या ओंबीचे रूपांतर काणीत होते व काणी फुटून काजळी बाहेर पडते. वाऱ्याने ही काजळी उडून जाते, (काजळी म्हणजे काणी रोगाचे बीजाणू) व फक्त ओंबीचा देठच मागे शिल्लक राहतो. ऊस पिकात उसाच्या शेंड्याकडील भागाचे रूपांतर चाबकासारख्या लांबट भागात होते. कालांतराने या भागावर काजळी तयार होऊन हा चाबूक काळा होतो. मक्यामध्ये या रोगात पानांवर, ताटांवर, कणसावर राखाडी रंगाच्या मोठ्या गाठी तयार होतात. कणसातील मक्याच्या बीचा आकार अवाढव्य वाढतो व त्याचा रंग करडा होतो. परंतु मक्यात या काणी फुटून काजळी बाहेर येत नाही. कांदा, लसूण पिकात वरच्या टरफलाच्या (आवरणाच्या) आतमध्ये तसेच पातीवर काळसर पावडर आढळते.

पिके : ज्वारी, बाजरी, मका, गहू, ऊस, कांदा, लसूण इत्यादी.

रोगकारक : युस्टीलॅजीनेसी कुटुंबातील विविध स्पेसीज उदाहरणार्थ, स्पॅसेलोथेका, युस्टीलॅगो, टॉलीपोस्पोरिअम

पोषक हवामान : दमटपणा आणि तापमानाचा या रोगाच्या वाढीवर विशेष परिणाम होतो. गव्हामध्ये १८-२०° सें. तापमानात याचा प्रार्दुभाव होतो. तर इतर पिकांत २५-३०° सें. तापमान तसेच ८०-९० टक्के हवेतील आर्द्रता या रोगाच्या वाढीस अनुकूल असते.

प्रसार : गव्हामध्ये या रोगाची प्रथम लागण रोगग्रस्त बियाण्यामार्फत होते. ज्वारी, बाजरी, उसामध्ये या रोगाची प्रथम लागण बियाण्यामार्फत तसेच मातीतून होते. तर मका पिकात या रोगाची लागण हवेतील काजळी (बीजाणू) मार्फत होते.

पिकात रोगग्रस्त झाडे लवकर पक्व होतात व काजळी तयार करतात. ही काजळी हवेमार्फत दुसऱ्या झाडाच्या फुलोऱ्यावर तसेच जमिनीवर पडते व या रोगाचा प्रसार होतो.

व्यवस्थापन

१. काणी फुटून बीजाणू (काजळी) हवेमार्फत पसरण्यापूर्वी, रोगाची लक्षणे दिसताच रोगट झाडे नष्ट करावीत.

२. जे काणी रोग बियाण्यामार्फत पसरतात त्यांची बीजप्रक्रिया करून नियंत्रण करणे, महत्त्वाचे ठरते. (बीजप्रक्रिया प्रकरणात सविस्तर माहिती दिली आहे.)

३. गव्हामध्ये रोगकारक बियाण्यामध्ये सुप्तावस्थेत राहत असल्याने आंतरप्रवाही बुरशीनाशकाची बीजप्रक्रिया करावी. उदाहरणार्थ, कार्बोक्झिन २.५ ग्रॅम/ किलो.

• पानांवरील ठिपके आणि करपा (रंगीत पारदर्शिका पृष्ठ ७०-७१)

लक्षणे : झाडाच्या पानांवर आढळणारे ठिपके हे वेगवेगळ्या कवकांच्या लागणीमुळे तयार होतात. कवकांच्या प्रजातीनुसार ठिपक्यांची लक्षणे बदलतात. ठिपक्यांची वेगवेगळी लक्षणे पुढीलप्रमाणे :

(अ) अल्टरनारियाचे ठिपके

प्रारंभिक अवस्थेत पानांवर लहान लहान पिवळसर डाग उमटतात. त्यांचे आकार वाढत जाऊन त्यांचा रंग पिवळसर तपकिरी ते गडद तपकिरी होतो. अनियमित कडा असलेले काहीसे गोलाकार आकाराचे ठिपके तयार होतात. या ठिपक्यांच्या मध्ये गोलाकार भोवऱ्यासारखी वर्तुळे तयार होतात. असे ठिपके एकमेकांपासून वेगवेगळे असतात. कालांतराने ठिपक्यांचा आकार वाढत जाऊन ठिपके एकमेकांत मिसळतात व पानाचा मोठा भाग करपल्यासारखा दिसतो, यास करपा असे म्हणतात.

पिके : ज्वारी, गहू, केळी, फुलकोबी, वांगी, मिरची, करडई, कापूस इत्यादी.

रोगकारक : अल्टरनेरीआच्या विविध स्पेसीज

(आ) ॲन्थ्राक्नोज

सुरुवातीला पानांवर गडद काळसर तपकिरी रंगाचे वेगवेगळे ठिपके आढळतात. या ठिपक्यांचा आकार वाढत जाऊन त्यांचा रंग पूर्वीपेक्षा गडद होतो. अशा ठिपक्यांच्या कडा थोड्या उंचावतात व मध्यभाग अंतर्वक्र होऊन खोलगट होतो. असे लहान लहान आकाराचे ठिपके कालांतराने एकत्र येऊन पानांवर करपा रोगाची लक्षणे तयार करतात.

पिके : आंबा, चिक्कू, पेरू, पपई, डाळींब यांच्या पानांवर, फळांवर, तसेच ज्वारी, गहू, सोयाबीन, इत्यादी.

रोगकारक : कलेटोट्रीकम स्पेसीज

(इ) हल्मिन्थोस्पोरिअमचे ठिपके

सुरुवातीच्या अवस्थेत पानावर गोलाकार ते उभट आकाराचे पिवळसर डाग पानांच्या शिरेला समांतर असे आढळतात.

या ठिपक्यांचा आकार वाढत जाऊन ते गोलाकार निमुळते ते आयाताकृती बनतात. तसेच त्यांचा मध्यभाग पिवळसर तपकिरी ते करडा होतो. ठिपक्यांच्या कडा गडद करड्या रंगाच्या होतात. मुख्यतः ज्वारीच्या पानांवर यांचा प्रादुर्भाव आढळतो. वेगवेगळे ठिपके एकत्र येऊन करप्यात रूपांतर होते.

पिके : ज्वारी, भात, गहू, सोयाबीन इत्यादी.

रोगकारक : हेल्मिथोस्पोरीअमच्या विविध स्पेसीज

(ई) अस्कोकायटाचे ठिपके व करपा

या कवकाचा प्रादुर्भाव मुख्यतः हरभरा पिकांवर होतो. या रोगामध्ये सुरवातीस पानांवर पिवळसर डाग उमटतात. यांचा आकार वाढत जाऊन गोलाकार ठिपके तयार होतात. ठिपक्यांचा मध्यभाग पिवळसर होऊन कडा गडद तपकिरी रंगाच्या होतात. तर मधल्या पिवळसर भागावर मध्यकेंद्री काळसर वर्तुळ तयार होते, व या वर्तुळाचा मध्यकेंद्र काहीसा लालसर होतो. असे ठिपके पानांवर, घाट्यांवर तर थोड्याफार प्रमाणात फांद्यांवरही आढळतात.

पिके : हरभरा, ऊस, ज्वारी इत्यादी

रोगकारक : ॲस्कोकायराच्या विविध स्पेसीज

(उ) सरकोस्फोराचे ठिपके

या कवकामुळे भुईमुगामध्ये टिक्का नावाचा रोग होतो. या टिक्क्याचे दोन प्रकार आढळतात.

लवकर येणारा टिक्का : रोगकारक : सर्कोस्पोरा अरॅचीडीकोला : प्रारंभिक अवस्थेत पानांवर पिवळसर चट्टे उमटतात. नंतर यांचा आकार वाढत जाऊन यांचा रंग गडद तपकिरी होतो. या ठिपक्यांचा आकार वेडावाकडा- अनियमित असतो. अश्या ठिपक्याभोवती गडद पिवळ्या रंगाचे वर्तुळ तयार होते. हे ठिपके बहुधा पानांच्या वरच्या बाजूला आढळतात.

उशिरा येणारा टिक्का : रोगकारक : सर्कोस्पोरा पर्सोनॅटा : प्रारंभिक अवस्थेत पानांच्या खालच्या बाजूला लहान लहान गडद तपकिरी रंगाचे ठिपके आढळतात. कालांतराने यांचा आकार वाढत जातो व बरोबर वर्तुळाकार लहान गडद काळसर ठिपके पानांच्या खाली तयार होतात. या ठिपक्यांच्या भोवती पिवळी वर्तुळे तयार होत नाहीत. इतर पिकांतही या कवकामुळे गोलाकार गडद तपकिरी रंगाचे भरीव ठिपके तयार होतात. हे सर्व प्रकारचे ठिपके झाडाच्या जमिनीवरच्या अवयवांवर आढळतात. मुख्यत: वयस्क, जुन्या पानांवर म्हणजेच झाडाच्या खालच्या पानांवर यांची लक्षणे प्रथम आढळतात. पोषक हवामानात ही लक्षणे वरच्या पानांवरही तयार होतात. रोगाचा प्रादुर्भाव अधिक झाल्यास व पोषक हवामान असल्यास ठिपक्यांची लक्षणे, फांद्या, कोवळे फुटवे, पानांचे देठ, फळे या अवयवांवरही आढळतात. पिकांच्या जातीनुसार सुद्धा एकच कवकाची प्रजाती थोड्याफार प्रमाणात वेगवेगळी लक्षणे तयार करतात. यामुळे प्रथमदर्शी फक्त डोळ्यांनी पाहून रोगाचे निदान करणे अयोग्य ठरते. परंतु वरील लक्षणे प्राथमिक स्वरूपाचा अंदाज बांधण्यासाठी उपयोगात येतात.

महत्त्वाची बाब म्हणजे वरील ठिपक्याची लक्षणे जरी वेगवेगळ्या कवकांच्या प्रजातीमुळे तयार होत असली तरी त्यांचा प्रसार, पोषक हवामान व व्यवस्थापनाच्या उपाययोजना जवळपास सारख्याच असतात.

पिके : सर्वच पिकांवर जमिनीवरील अवयवांवर कमी जास्त प्रमाणात ही लक्षणे आढळतात.

रोगकारक : सर्कोस्पोराच्या विविध स्पेसीज

पोषक हवामान : दमट, ढगाळ, अधूनमधून पाऊस असे हवामान तसेच २२° ते २७° से. तापमान या रोगास अनुकूल असते.

प्रसार : झाडांचे मृत अवयव, प्रादुर्भावग्रस्त फळे, पाने, फांद्या यांच्यावर या कवकांचे बीजाणू, तंतू सुप्त अवस्थेत असतात. पोषक हवामान मिळाल्यास यांची वाढ सुरू होते. बीजाणू हवेमार्फत मृत अवयवांवरून झाडांच्या फांद्यांपर्यंत जातात. पिकांमध्ये एका झाडावर ही लक्षणे तयार झाल्यावर, अशा ठिपक्यांवर बीजाणू तयार होतात व ते पावसाच्या थेंबामुळे, वाऱ्यांमुळे इतरत्र पसरतात.

व्यवस्थापन

१. शेतातील झाडांचे मृत अवयव, प्रादुर्भावग्रस्त फांद्या, पाने, फळे गोळा करून नष्ट करावीत. यामुळे झाडांना रोगाची प्रारंभिक लागण होत नाही.
२. फळबागेत जमिनीवर बोर्डोमिश्रण १ टक्केची फवारणी करावी.
३. अन्नधान्य पिकांमध्ये रोगाची प्रारंभिक लागण टाळण्यासाठी बीजप्रक्रिया करावी. (अधिक माहितीसाठी बीजप्रक्रिया प्रकरण पहावे).
४. तसेच पानांवर लक्षणे दिसताच. कॉपर ऑक्सिक्लोराईड ०.२५ टक्के किंवा कार्बेनडॅझीम ०.१ टक्के, किंवा मॅन्कोझेब ०.२० टक्के किंवा बोर्डोमिश्रण १ टक्का या बुरशीनाशकाची फवारणी करावी.
५. शेतात झाडांची दाटी करून नये. यासाठी कृषी विद्यापीठांच्या शिफारसीप्रमाणे वनस्पतींमधील अंतर ठेवावे व बियाण्यांचे प्रमाण प्रतिहेक्टरी शिफारसीनुसार वापरावे.
६. शेतातील गवताचे उच्चाटन करावे.

• फळांवरील ठिपके/फळ कूज (रंगीत पारदर्शिका पृष्ठ ७२)

लक्षणे : हा रोग जवळपास सर्व फळझाडांवर आढळतो. या रोगाची लागण व लक्षणे फळाच्या अपक्व अवस्थेपासून ते फळाच्या काढणीनंतरही दिसून येतात. बऱ्याच वेळा या रोगाची लक्षणे फुलापासून सुरू होऊन नंतर फळामध्येही दिसतात. झाडांच्या पानांवर ठिपक्याच्या स्वरूपात आढळणारा हा रोग फळांवरही मोठ्या प्रमाणात आढळतो. प्राथमिक अवस्थेत फळाच्या देठाभोवती फिकट तपकिरी रंगाचे लहान लहान, एकमेकांपासून वेगवेगळे ठिपके आढळतात. वयोमानानुसार ठिपक्यांचा आकार वाढत जातो व हे ठिपके गडद तपकिरी ते काळसर दिसू लागतात. अशा ठिपक्यांचा मध्यभाग काहीसा खोलगट होऊन कडा उंचवल्याप्रमाणे दिसतात. लहान लहान ठिपके एकत्र येऊन एक मोठा पृष्ठभाग गडद तपकिरी ते काळसर रंगात रूपांतरित होतो. बऱ्याच वेळा अशा पृष्ठभागाच्या किनारी भागावर कवकतंतूची पांढरी वाढ आढळते. जी फळे काढणीपश्चात पिकवली जातात, त्यांवर ही लक्षणे साठवणुकीच्या काळात मोठ्या प्रमाणात तयार होतात. काही वेळा ही कवकाची वाढ फळाच्या सालीपुरतीच मर्यादित राहते, तर काही वेळा काळसर सालीच्या खालील फळाचा गर, रस, गाभा निब्बर/टणक बनतो व कालांतराने या काळसर सालीला भेगा पडतात. यामुळे फळांची बाजारात किंमत कमी होते व आर्थिक नुकसान होते.

पिके : आंबा, केळी, पेरू, डाळींब, पपई इ.

रोगकारक : कलेटोट्रीकमच्या स्पेसीज

पोषक वातावरण : हवेतील तापमान २०-२७° सें. व ८०-९० टक्के आर्द्रता, ढगाळ वातावरण हे या रोगासाठी पोषक असते.

प्रसार : निरोगी झाडाला या रोगाची प्राथमिक लागण पूर्वीच्या हंगामातील शेतातील रोगट फांद्या, पाने, फळे यांच्या वरील कवकाचे बीजाणू हवेमार्फत इतरत्र पसरल्यामुळे होते, तर चालू हंगामात रोगट फळावरील बीजाणू वारा, पाऊस यांच्या माध्यमातून शेजारील झाडांवर, बागांवर पसरतात.

व्यवस्थापन

१. झाडावरील रोगट फांद्या, फळे छाटाव्यात. तसेच पूर्वीच्या हंगामातील रोगट, झाडांचे मृत अवशेष गोळा करून नष्ट करावेत.

२. कृषी विद्यापीठाने शिफारस केलेल्या अंतरावर झाडांची लागण करावी.

३. बागेमधील गवताचा बंदोबस्त करावा.

४. झाडावर लक्षणे दिसताच कार्बेनडॅझीम ०.१ टक्के किंवा क्लोरोथॅलोनिल ०.२ टक्के या बुरशीनाशकाची १४ दिवसांच्या अंतराने फवारणी करावी.

५. आंबा साठवणुकीपूर्वी बेनोमिल ५०० मिली ग्रॅ. चे १ लि. पाण्यात द्रावण तयार करून त्यामध्ये बुडवून द्यावा.

• कडकड्या/कोळसी कूज (रंगीत पारदर्शिका पृष्ठ ७३-७४)

लक्षणे : कोळसी हा बुरशीजन्य रोग असून हा रोग मुख्यतः ज्वारीमध्ये आढळतो. ज्वारी फुलोऱ्यात येण्याच्या, दाणे भरण्याच्या अवस्थेत याचा प्रादुर्भाव होतो. या रोगाची रोगकारक बुरशी मुळावाटे झाडामध्ये प्रवेश करते, या बुरशीची वाढ झाडाच्या खोडाच्या तिसऱ्या-चौथ्या पेऱ्या/कांड्या मध्ये होते. या पेऱ्यांच्या अंतर्भागातील पेशींवर बुरशीची वाढ झाल्याने हा खोडाचा भाग पोकळ होतो. बाहेरून खोडाची पेरी काहीशी सुरकतल्याप्रमाणे दिसतात. बऱ्याच वेळा या भागावर उभट भेगा पडतात. हा पेऱ्यांचा भाग उभट फाकळल्यानंतर अंतर्भागातील खोडाच्या तंतूवर बुरशीची काळसर वाढ झाल्याचे दिसते, तसेच काळी पावडर तयार होऊन ज्वारीच्या ताठाचा अंतर्भाग पोकळ, काळा झाल्याचे आढळते. झाडाची पाने वाळतात व खाली लोंबत राहतात. ज्वारीचे ताट खोडाच्या तिसऱ्या-चौथ्या पेऱ्यापासून मोडून पडते. अशा शेतातून वारा वाहू लागल्यास खडखड ध्वनिनाद तयार होतो किंवा नखाने टिचकी मारल्यास खडखड आवाज येतो. म्हणूनच या रोगास खडखड्या म्हणतात.

पिके : ज्वारी

रोगकारक : मॅक्रोफोमिना फॅसेओलाय

पोषक वातावरण : पिकाच्या फुलोऱ्याच्या अवस्थेत अथवा कणसात दाणे भरण्याच्या अवस्थेत पिकाला पाण्याचा ताण पडल्यास, तसेच या काळात मातीचे तापमान अधिक राहिल्यास या रोगाचा प्रादुर्भाव होतो.

प्रसार : पिकास या रोगाची लागण पूर्वीच्या हंगामातील रोगग्रस्त झाडाच्या अवयवावरील काळसर पावडर बीजाणू, सुप्त अवस्थेतील कवकाच्या गाठी (Selerotia)) मार्फत होते.

रोग व्यवस्थापन

१. ज्वारीच्या लवकर पक्व होणाऱ्या जातींची निवड करावी म्हणजे पिकाची फुलोऱ्याच्या किंवा दाणे भरण्याच्या अवस्थेत पाण्याची कमतरता भासणार नाही व पाणीटंचाईपूर्वी ज्वारीची काढणी होईल.

२. दुष्काळसदृष्य परिस्थितीत शक्य झाल्यास पिकास हलके पाणी द्यावे.
३. कडकड्या प्रतिबंधक जातीची निवड करावी.

• उसाची लाल कूज (रंगीत पारदर्शिका पृष्ठ ७४)

लक्षणे : हा रोग बुरशीजन्य असून रोगाची लागण उसास मुळावाटे होते. रोगाची लागण झाल्यास प्राथमिक अवस्थेत पानाच्या कडा व शेंडा सुकतो. पाने सुकण्याची क्रिया वाढत जाऊन पूर्ण पान सुकते इतरही पानांवर अशी लक्षणे दिसतात. रोगाच्या निदानाचे मुख्य लक्षण म्हणजे उसाच्या खोडाकडील भागावर, पांढरसर व लालसर अशा रंगाच्या अलटून पालटून रेषा उमटतात. पानांच्या पेऱ्याकडील भागावर तांबूस रंगाच्या छटा तयार होतात. पूर्ण ऊस कूजतो व उसाचा अंतर्भाग पोकळ होऊन त्या ठिकाणी बुरशीची पांढरी वाढ होते. बुरशीच्या वाढीमुळे उसाच्या अंतर्भागातील मध्यशिरेवर पांढरा पारदर्शक कागदासारखा पापुद्रा तयार होता. लक्षणांची तीव्रता वाढत जाऊन पानांची मध्य शिर तांबूस, लाल होते. उसाची उभट फाकळी केल्यास मध्यभाग तांबूस - लाल झाल्याचे आढळते. नंतरच्या अवस्थेत पानांवरील लालसर भाग फिकट करड्या रंगाचा होतो व या भागावर तुरळक काळी पावडर पाहावयास मिळते, प्रादुर्भाव ग्रस्त ऊस आठवड्याच्या कालावधीत मरतो.

रोगकारक : कलेटोट्रीकम फाल्कटी

प्रसार

१. रोगग्रस्त उसाच्या बेण्यापासून या रोगाचा प्रसार होतो तसेच पूर्वीच्या हंगामातील रोगग्रस्त उसाचे मृत अवयवांमार्फत रोगाची प्राथमिक लागण होते.
२. वाहत्या पाण्याबरोबर या रोगकारकाचे बीजाणू शेतात इतरत्र पसरतात.

व्यवस्थापन

१. निरोगी उसाचे बेणे लागवडीस वापरावे.
२. बेणे लागवडीपूर्वी ०.१ टक्के कार्बेनडॅझिमच्या द्रावणात २० मिनिटे बुडवून ठेवावे किंवा ५२° सें. तापमानात ३० मिनिटांसाठी बुडवावे व नंतर लागवडीसाठी वापरावे.
३. उसाच्या फडामध्ये प्रादुर्भावग्रस्त ऊस आढळल्यास उपटून नष्ट करावा.

• कंद कूज (रंगीत पारदर्शिका पृष्ठ ७०)

लक्षणे : हा बुरशीजन्य रोग असून याचा प्रादुर्भाव कंद लागवडीनंतर, उगवणीपूर्वी पासून ते झाडाच्या काढणीपर्यंतच्या सर्व अवस्थांमध्ये होतो. रोगाची बाह्य लक्षणे पानांवर दिसतात परंतु रोगकारकाची लागण व त्याची वाढ मुळ, कंद व खोड यांवर आढळून येते. लागवड करताना कंद रोगग्रस्त असेल तर अशा कंदाला कोंब फुटत नाही, व कंद उगवणीपूर्वी कूजून जातात. उगवणीनंतर जर या रोगाची लागण झाली तर पाने पिवळी पडू लागतात. पानांचे शेंडे, कडा सुरुवातीला पिवळ्या पडतात नंतर पिवळेपणा पानांच्यामध्ये देठापर्यंत वाढत जातो. कालांतराने पानांचा रंग फिकट विटकरी ते गडद तपकिरी होतो. पाने सुकतात,

निस्तेज होऊन माना टाकतात व वाळतात. झाडाच्या खोडावर सुरुवातीच्या अवस्थेत ओलसर, तपकिरी रंगाचे काहीसे पारदर्शक असे ठिपके पडतात, कालांतराने त्यांचा आकार वाढत जाऊन रंग गडद होतो व खोडाचा भाग मऊ होतो. मुळे कूजू लागतात. त्यांचा रंग गडद तपकिरी ते काळा होता. मुळांपासून रोगाची वाढ कंदापर्यंत पोहोचते व कंदाचा टणकपणा नाहीसा होऊन ते मऊ होतात. कालांतराने कूजून त्याचा रंग काळा होतो.

पिके : हळद, आले, केळी इ.

रोगकारक : पिथिअम स्पेसीज

पोषक वातावरण : जमिनीतून पाण्याचा निचरा न होणे, पाणथळ जमीन इत्यादी

प्रसार : रोगाची लागण मातीतील/मृत कंदावरील रोगकारकाच्या बीजाणूंमूळे होते. तर चालू हंगामात रोगकारकाच्या बीजाणूंचा प्रसार पाण्याच्या प्रवाहाबरोबर होतो.

व्यवस्थापन

- एकाच जमिनीत त्याच पिकांची लागवड करणे ३-४ वर्षे टाळावे.
- शेतात पाणी साठू देऊ नये. पाण्याच्या निचऱ्याची सोय करावी.
- रोगमुक्त कंदाची लागवड करावी.
- कंद लागवडीपूर्वी मेटॅलॅक्झील बुरशीनाशकाचे २.५ ग्रॅ. प्रतिलिटर पाण्यात मिश्रण करून त्यामध्ये कंद ४० मिनिटे बुडवावेत.
- कॉपर ऑक्सिक्लोराईड २.५ ग्रॅम किंवा मेटॅलॅक्सील १ ग्रॅम प्रति लिटर पाण्यात मिश्रण करून झाडाच्या कंदाभोवती मातीवर १०० मि.लि. प्रति झाड या प्रमाणात ओतावे.

• दहिया (रंगीत पारदर्शिका पृष्ठ ७४)

लक्षणे : हा बुरशीजन्य रोग असून याचा प्रादुर्भाव झाडाच्या वाढीच्या सर्व अवस्थांमध्ये होतो. रोगाची मुख्यतः लक्षणे पानांवर आढळतात. प्रादुर्भावग्रस्त झाडांच्या वयस्क किंवा पक्व पानाच्या खालील बाजूस पांढरसर रंगाचे बुरशीच्या तंतूचे लहान लहान ठिपके आढळतात. पोषक हवामानात बऱ्याचदा पानांच्या पृष्ठभागावरही अशी लक्षणे आढळतात. ठिपके पानांवर दोन शिरांच्या मध्ये मोठ्या संख्येत निर्माण होतात. यामुळे पानाचा रंग सुरुवातीला फिकट पिवळा व नंतर पिवळसर तपकिरी होतो. रोगाचा प्रादुर्भाव अधिक झाल्यास झाडाची पानगळ होते.

पीक : कापूस, भेंडी इ.

रोगकारक : रॅम्युलेरीआ अॅरेवोला

पोषक हवामान : उष्ण दमट हवामानात बुरशीची वाढ होते.

प्रसार : झाडांच्या रोगट पानांवरील बुरशी जमिनीमध्ये तग धरून राहते व पुढील हंगामात पोषक हवामान मिळताच नवीन झाडाला रोगाची लागण होते. चालू हंगामात या रोगाचा प्रसार बीजाणूमार्फत होतो. वाऱ्यामुळे बीजाणू इतरत्र पसरतात व रोगाचा प्रादुर्भाव वाढतो.

व्यवस्थापन

- या रोगामुळे मृत झालेली पाने, झाडाचे अवयव गोळा करून नष्ट करावेत.
- गंधकाच्या पावडरची (३०० मेश सूक्ष्म कणांची) प्रतिहेक्टरी २० कि.ग्रॅ. या प्रमाणात धुरळणी करावी. किंवा प्रोपिकॅनोझोल या बुरशीनाशकाची ०.०५ टक्के (१० लि. पाण्यासाठी ५ मिली औषध) या प्रमाणात फवारणी करावी.

- **मूळ कूज (रंगीत पारदर्शिका पृष्ठ ७४)**

लक्षणे : हा बुरशीजन्य रोग असून बियाण्याच्या अंकुरण अवस्थेपासून ते झाडाच्या पक्व अवस्थेपर्यंत या रोगाची लागण होऊ शकते. या रोगाची लक्षणे मुख्यतः मातीलगतचा व त्याखालील खोडाचा भाग व मुळे यांवर आढळतात. नुकत्याच अंकुरण झालेल्या रोपावर प्रादुर्भाव झाल्यास बीजपत्राच्या पहिल्या एक-दोन पानांवर तपकिरी करड्या रंगाचे लहान ठिपके आढळतात व या लहान रोपांचे स्वरूप शेंडा खुडलेल्या झाडासारखे होते. मध्यम वयाच्या झाडावर याचा प्रादुर्भाव झाल्यास खोडावर जमिनीलगतच्या भागावर मऊ पिवळे ठिपके आढळतात. कालांतराने ठिपक्यांचा रंग तपकिरी करडा होऊन त्यांची वाढ मुळांच्या दिशेने होते. झाड उपटल्यानंतर झाडाची तंतुमुळे काळी पडून कूजलेली दिसतात. झाडाच्या पक्व अवस्थेत मुळे कूजलेली दिसतात. झाडाच्या पक्व अवस्थेत मुळे कूजल्यामुळे, खोडाची साल सुरकते बऱ्याच वेळा ती पिवळसर तपकिरी रंगाची होते व खोडापासून सहजरित्या वेगळी होते. अशा अवस्थेत झाड वाळते, व ते झाड सहजरित्या उपटले जाते. खोडाच्या रोगग्रस्त भागावर काळसर पावडरचे कण आढळतात.

पिके : कापूस, तुर, भुईमूग, पालेभाज्या, कडधान्य पिके.

रोगकारक : रायझोक्टोनिआ स्पेसीज

पोषक वातावरण : हा रोगकारक मातीत झाडांच्या मृत अवयवांवर सुप्त अवस्थेत जिवंत राहत असल्यामुळे व याची लागण झाडास मुळावाटे होत असते. मातीतील आर्द्रता १५-२० टक्के व मातीचे तापमान ३५° से असल्यास या रोगाचा प्रादुर्भाव होतो. गाळाची तसेच वाळुयुक्त जमीन या रोगास पोषक ठरते.

प्रसार : या बुरशीच्या गाठी मातीत झाडांच्या मृत अवयवांवर १०-१२ वर्षांपर्यंत जिवंत असतात. सिंचनद्वारे मातीच्या वहनातून या रोगकारकाचा प्रसार होतो.

व्यवस्थापन

- रोगग्रस्त झाडाचे मृत अवयव गोळा करून नष्ट करावेत.
- कडधान्य पिकांची फेरपालट तृणधान्य पिकांबरोबर करावी. तसेच कडधान्य पिकांबरोबर ज्वारीचे आंतरपीक घ्यावे.
- पेरणीची वेळ योग्य असावी जेणेकरून पिकाच्या रोपअवस्थेत मातीचे तापमान ३५° से. किंवा त्यापेक्षा जास्त असणार नाही.
- बियाण्यास कार्बेनडॅझिमची बीजप्रक्रिया करावी. किंवा

- थायरम किंवा कॅप्टान ३ ग्रॅम + कार्बेनडॅझीम १ ग्रॅम या मिश्रणाची प्रतिकिलो बियाण्यास प्रक्रिया करावी.
- कापूस, तूर यासारख्या पिकांसाठी पावसानंतर मृदा आच्छादन करावे.

• बोंड/कैरी कूज (रंगीत पारदर्शिका पृष्ठ ७४)

लक्षणे : हा बुरशीजन्य रोग असून या रोगास बुरशींच्या विविध प्रजाती कारणीभूत असतात. या रोगाची लक्षणे मुख्यत: कपाशीच्या कैरीवर तसेच बोंडावर आढळतात. रोगाच्या प्राथमिक अवस्थेत कैऱ्यांवर लहान फिकट तपकिरी किंवा काळसर रंगाचे ठिपके आढळतात. कालांतराने या ठिपक्यांचा आकार वाढत जाऊन पूर्ण बोंडावर काळे डाग उमटतात. बऱ्याच वेळा या रोगाची बुरशी बोंडाच्या सालीबरोबरच बोंडाच्या आतमधील भागास कूजवते. यामुळे कापसाचे बोंड उमलत नाही व अशी अर्धपक्व बोंडे गळून पडतात. काही वेळा रोगकारक बोंडाच्या सालीपर्यंतच मर्यादित राहतो. प्रादुर्भावग्रस्त बोंडावर काळसर पावडर सारखे कण पाहावयास मिळतात.

पीक : कापूस.

पोषक वातावरण : कैरी तयार होण्याच्या काळात पावसाचे जास्त प्रमाण असणे, बोंडावर कापसाच्या लाल ढेकणामुळे होणाऱ्या इजा तसेच जास्त प्रमाणात नत्रयुक्त खतांचा वापर करणे ही परिस्थिती रोगास अनुकूल ठरते.

प्रसार : ही कवके रोगग्रस्त बोंडामध्ये जमिनीत सुप्तावस्थेत राहतात. या बुरशीचा प्रसार विविध कीटकांमार्फत होतो. तसेच कीटकांनी केलेल्या इजांमधून बुरशीचा झाडात प्रवेश होतो. हवेतील बीजाणूंच्या प्रसारामुळे रोगाचा प्रादुर्भाव वाढतो.

व्यवस्थापन

- दोन झाडांमधील अंतर योग्य असावे.
- नत्रयुक्त खतांचा गरजेनुसारच वापर करावा.
- लागवडीनंतर ४५ दिवसांनी, कार्बेनडॅझीम बुरशीनाशकाची १० ग्रॅम किंवा मॅन्कोझेब २० ग्रॅम प्रति १० लिटर पाण्यात मिसळून दोन ते तीन फवारण्या १५ दिवसांच्या अंतराने कराव्यात.

• लाल्या (रंगीत पारदर्शिका पृष्ठ ७८)

लक्षणे : ही विकृती असून या विकृतीची लक्षणे पानांवर आढळतात. प्रादुर्भावग्रस्त झाडांची पाने पिवळी तसेच लाल रंगाची होऊ लागतात. ही विकृती झाडाच्या वाढीच्या सर्व अवस्थांमध्ये होऊ शकते. प्राथमिक अवस्थेत पानांच्या कडा लाल होतात, व नंतर लालसरपणा पानांच्या मध्यमभागाकडे वाढण्यास सुरुवात होते. अनेकदा लाल रंगाचे वेगवेगळे गुच्छ पानांच्या शिरांच्या मध्यल्या भागात पाहावयास मिळतात. काहीवेळा पूर्ण पान लाल रंगाचे होते. प्रादुर्भावग्रस्त पाने खालच्या बाजूने गुंडाळली जातात. अशी पाने कालांतराने वाळून गळू लागतात. प्रादुर्भावग्रस्त झाडाला इतर झाडांच्या तुलनेत बोंड/कैऱ्या लवकर लागतात, तसेच मोठ्या प्रमाणात पानगळ होते.

पीक : कापूस

पोषक हवामान : ही विकृती झाडामध्ये मॅग्नेशियम मूलद्रव्याच्या अभावामुळे होते. या व्यतिरिक्त जमिनीत पाणी साचून राहत असल्यास, ढगाळ वातावरणात, आर्द्रता खूप असल्यास तापमान कमी असल्यास झाडाच्या पानांचा रंग लालसर होतो.

व्यवस्थापन

- जमिनीचा पोत सुधारण्यासाठी सेंद्रीय खतांचा/कंपोस्ट खतांचा वापर करावा.
- डायअमोनियम फॉस्फेट २०० ग्रॅम किंवा युरिया १०० ग्रॅम + १० लिटर पाणी या प्रमाणात एकत्र करून फवारणी करावी.

• पांढरी पुरळ (रंगीत पारदर्शिका पृष्ठ ७५)

लक्षणे : या रोगाचा प्रादुर्भाव झालेल्या झाडावर रोगाची लक्षणे मुळांव्यतरिक्त इतर सर्व अवयवांवर आढळतात. या रोगाची लक्षणे मूलतः दोन प्रकारची आहेतः (१) रोगाची लागण झालेल्या अवयवांपुरतीच मर्यादित असणारी लक्षणे, (२) आंतरिक लागण झाल्यास झाडाच्या सर्व अवयवांवर आढणारी लक्षणे.

१. अवयवांपुरतीच मर्यादित असणारी

या प्रकारात कोबी, फ्लॉवर (फुलकोबी), नोलकोल यांच्या पानांवर पांढऱ्या रंगाची वेगवेगळ्या आकाराची पुरळ वर्तुळाकार गुच्छाच्या स्वरूपात आढळते. कालांतराने असे वेगवेगळे गुच्छ एकत्र येऊन मोठ्या आकाराचा पांढऱ्या पुरळांचा गुच्छ तयार होतो. कालांतराने ही पुरळे फुटून पांढरी पावडर बाहेर येते. अशा प्रकारची पुरळे मुख्यतः पानाच्या खालील बाजूस तयार होतात. परंतु रोगाचा प्रादुर्भाव अधिक असल्यास वरच्या बाजूसही लक्षणे तयार होतात.

२. सर्व अवयवांवर असणारी

झाडाच्या रोप अवस्थेत कोवळ्या कोंबाला रोगकारकाची लागण झाल्यास किंवा फुलाच्या अवयवांना रोगाची लागण झाल्यास रोगकारक आंतरप्रवाही होऊन त्याची लक्षणे सर्व अवयवांवर दिसून येतात. यामध्ये झाडाच्या अवयवांची अवास्तव वाढ होणे, फुलांचा पांढरसर भाग हिरवा होणे, फुलाचे रूपांतर पानांत होणे व असे फूल वांझ होणे इत्यादी लक्षणे दिसून येतात. रोगाची लागण झालेल्या कोवळ्या कोंबाचा आकार मोठा होतो.

पिके : हा रोग फक्त कोबीवर्गीय पिकांमध्येच आढळतो. उदाहरणार्थ, कोबी, फुलकोबी, नोलकोल इत्यादी.

पोषक वातावरण : या रोगकारकाच्या प्रसारासाठी वातावरण महत्त्वाची भूमिका बजावते. तापमान १५° सें. पेक्षा कमी असल्यास व हवेमध्ये आर्द्रता खूप असल्यास या रोगाचा प्रसार व प्रादुर्भाव मोठ्या प्रमाणात होतो.

प्रसार : या रोगकारकाचे बिजाणू मातीत, तसेच गवतांवर जिवंत राहतात व पिकाच्या हंगामात रोगाची लागण करतात. लागण झालेल्या झाडापासून बीजाणू पुन्हा पांढऱ्या पावडरच्या स्वरूपात तयार होऊन इतरत्र दुसऱ्या झाडांवर पसरतात.

व्यवस्थापन

१. रोगाचा जास्त प्रादुर्भाव झालेली झाडे उपटून नष्ट करावीत.
२. जे गवत एका वर्षापेक्षा जास्त काळ टिकते असे गवत उपटून नष्ट करावे.
३. मेटॅलॅक्झील (३५%WS) ६० ग्रॅम १० कि. बियाणे या प्रमाणात बीजप्रक्रिया करावी.
४. रोगाची लक्षणे दिसताच बोर्डोमिश्रण ०.८ टक्के किंवा कॉपर ऑक्सीक्लोराइड ३० ग्रॅम प्रति १० लि. पाणी या प्रमाणात फवारावे.

• बी कूज आणि रोपे कोलमडणे (रंगीत पारदर्शिका पृष्ठ ७५)

लक्षणे : बी कूज आणि रोपे कोलमडून पडणे हा रोग मुख्यत: कवकामुळे होतो, तर काही वेळा जिवाणूंच्या लागणीमुळे ही लक्षणे आढळतात. बी कूजणे या रोगामध्ये बियाणे रुजून अंकुरण्यापूर्वी किंवा अंकुरणानंतर अंकुर जमिनीच्यावर येईपर्यंत कवकाची लागण झाल्यामुळे ते कूजून जाते व अशा कूजलेल्या बियांचा व अंकुराचा रंग विटकरी काळसर होतो. प्रादुर्भावग्रस्त बी अंकुरत नाही. तर उगवून आलेल्या रोपांमध्ये याची लागण झाल्याने, प्राथमिक अवस्थेत रोपाच्या खोडावर जमिनीलगतच्या भागावर फिकट काळसर रंगाचे डाग आढळतात. या ठिपक्यांना थोडी ओलसर रंगछटा असते. कालांतराने अशा ठिपक्याचा आकार वाढत जातो व पूर्ण खोडाभोवती अशा लक्षणांचा वेढा पूर्ण होतो. या कवकाच्या लागणीमुळे, रोपाला ताठ उभे राहण्यासाठी आधार देणाऱ्या खोडाच्या पेशी कूजतात व असे रोप जमिनीवर कोलमडून पडते. हा रोग मुख्यत: वनस्पतीच्या बी, अंकुर, तथा रोप अवस्थेत आढळतो. ज्या पिकात रोपे तयार करून नंतर शेतात स्थलांतरित करतात अशा पिकांत प्रामुख्याने हा रोग आढळतो. तसेच सपाट वाफा पद्धतीत रोपे तयार केल्यास, रोगाचा प्रादुर्भाव जास्त होतो. हे टाळण्यासाठी रोपे गादी वाफ्यावर तयार करावीत.

पिके : मिरची, टोमॅटो, कोबी, फुलकोबी, वांगी, झेंडू, काकडी, भोपळा, दोडका, सोयाबीन, पपई इत्यादी

रोगकारक : पिथिअम स्पेसीज.

पोषक वातावरण : या रोगाचा प्रादुर्भाव जास्त पावसाच्या काळात, तसेच ज्या जमिनीत पाणी साचून राहते, पाण्याचा निचरा होत नाही अशा शेतात होतो. जमिनीत सेंद्रिय पदार्थाचे प्रमाण जास्त असल्यास, पिकांना वारंवार व जास्त प्रमाणात पाणी दिल्याने या रोगाचा प्रादुर्भाव होतो. मातीचे सरासरी तापमान १८-२५° से. च्या दरम्यान असल्यास रोगाचे प्रमाण वाढते.

प्रसार : या बुरशीचे बीजाणू तसेच तंतू, वनस्पतींच्या कूजलेल्या अवयवांवर १० ते १२ वर्षे सुप्त अवस्थेत जिवंत राहतात, व मातीतून रोगाची प्रथम लागण करतात. शेतात वाहत्या पाण्याबरोबर तसेच खतांबरोबर या रोगाच्या बीजाणूंचा प्रसार होतो.

व्यवस्थापन

१. या बुरशीची लागण जमिनीतून होत असल्याने बियाण्यास बीजप्रक्रिया करणे अत्यंत महत्त्वाचे असते. त्यासाठी मेटॅलॅक्झील किंवा क्लोरोथॅलोनिल ३ ग्रॅम/कि. बियाणे या प्रमाणांत बुरशीनाशकाची बीजप्रक्रिया करावी.

२. ज्या ठिकाणी पाण्याचा निचरा होत नाही अशा ठिकाणी बुरशी वाढते म्हणून रोपे तयार करताना पाण्याच्या निचऱ्याची व्यवस्था करावी. रोपे तयार करण्यासाठी गादी वाफ्याचा उपयोग करावा.
३. रोपांचे स्थलांतर करताना रोपांची मुळे बुरशीनाशकाच्या द्रावणात बुडवावीत (उदाहरणार्थ, मेटॅलॅक्झील)
४. स्थलांतरणानंतर जर या रोगाचा प्रादुर्भाव आढळला तर बुरशीनाशकाचे पाण्यात द्रावण तयार करून ते झाडाच्या खोडाजवळ ओतावे.
५. रोगामुळे मेलेली झाडे शेताबाहेर जाळून किंवा पुरून नष्ट करावीत.
६. जैविक नियंत्रके उदाहरणार्थ, ट्रायकोडर्मा विरिडी, ट्रायकोडर्मा हारझिअॅनम, ट्रायकोडर्मा हॅमॅटम यांचा बीजप्रक्रियेसाठी तसेच मातीत द्रावण करून ओतण्यासाठी वापर करावा.

• लिंबूवर्गीय झाडातील अचानक मर (रंगीत पारदर्शिका पृष्ठ ७३)

लक्षणे : हा विषाणुजन्य रोग असून या रोगाची लक्षणे लहान झाडापासून ते पक्व झाडापर्यंत सर्व वयात आढळतात. हा रोग मुख्यत: संत्रा व लिंबू यामध्ये आढळतो. प्रादुर्भावग्रस्त झाडामध्ये नवीन फुटव्यांची संख्या जास्त आढळते. पानांचा आकार लहान होऊन पानांची दाटी होते. पानांच्या शिरा पिवळसर पांढऱ्या होतात व पानगळ होते. झाड सुकून निस्तेज होते, तर काही वेळा झाड अचानक वाळू लागते. कलम केलेल्या ठिकाणी खोडाच्या अंतर्पेशी मरतात व खोडावरील साल सुरकतल्यासारखी निस्तेज दिसते. प्रादुर्भावग्रस्त झाड पूर्ण पिवळे पडून वाळून जाते.

पिके : संत्रा, मोसंबी, लिंबू.

प्रसार : कलमांच्या मार्फत रोगाचा प्रसार होतो, तसेच या पिकांवरील काळा मावा या कीटकाच्या मार्फतही रोगाचा प्रसार होतो.

व्यवस्थापन

- प्रमाणित केलेल्या कलमांचा लागवडीसाठी वापर करावा.
- रोगग्रस्त झाडांचा नायनाट करावा
- रंगपूर लिंबोणीच्या रोपांचा डोळा भरण्यासाठी वापर करावा.
- आंतरप्रवाही कीटकनाशकांचा काळा मावा या कीटकांच्या नियंत्रणासाठी वापर करावा.

• विषाणुजन्य मोझॅक आणि वर्तुळाकार ठिपके (रंगीत पारदर्शिका पृष्ठ ७६)

लक्षणे : हा विषाणुजन्य रोग असून या रोगाची लक्षणे झाडाच्या पानांवर, फळांवर दिसून येतात. विषाणू आंतरप्रवाही असल्याने या रोगाची लक्षणे संपूर्ण झाडावर एकाच वेळी तयार होतात. या रोगात पानांवर फिकट पिवळे ते गडद पिवळे पट्टे किंवा वेगवेगळ्या आकाराचे चट्टे तयार होतात. पिवळे पट्टे किंवा चट्टे सलग न आढळता ते पानांच्या हिरव्या रंगाबरोबर आलटून पालटून तयार होतात. पाने काहीशी चुरगळल्याप्रमाणे भासतात. पान सपाट न राहता त्यावर चढ उताराची वलये तयार होतात. पानांचा आकार

लहान होतो. पानावर वलय तयार झाल्यामुळे तसेच त्यांचा आकार लहान झाल्याने प्रकाशसंश्लेषण क्रिया मंदावते व झाड खुरटे, लहान राहते. फळांची पूर्ण वाढ होत नाही. फळांचा आकार बदलतो. फळांवर हिरव्या पिवळ्या रंगाची वर्तुळे आढळतात. पिवळ्या रंगाचे आलटून पालटून पट्टे/वलय आढळतात.

पिके : केळी, लिंबूवर्गीय, पपई, भेंडी, काकडी, भोपळा, दोडका, कारली, करडई, सूर्यफूल, द्राक्ष, गहू, ज्वारी, मका, मिरची, वांगी, टोमॅटो, बटाटा इत्यादी.

रोगकारक : विषाणू

प्रसार : या रोगाचा प्रसार रोगग्रस्त झाडाचे अवयव लागवडीसाठी वापरल्याने, तसेच एकच हत्यार निर्जंतुक/स्वच्छ न करता वारंवार वापरल्याने या रोगाची लागण होते. तर मावा, पांढरी माशी या किटकाच्या मार्फत पानांतील रस शोषण्याने या रोगाचा प्रसार होतो.

व्यवस्थापन

- निरोगी मातृवृक्षापासून रोपांची निर्मिती करावी.
- निरोगी रोपे लागवडीसाठी वापरावेत.
- शेतात या रोगाची लक्षणे दिसताच झाड समूळ उपटून नष्ट करावे.
- मावा, पांढरी माशीचा बंदोबस्त करण्यासाठी आंतरप्रवाही कीटकनाशकाची फवारणी करावी.
- शेतातील गवताचे योग्य नियंत्रण करावे. जेणेकरून किडीला थारा मिळणार नाही.

• पाने गोळा होणे/पानाचा गुच्छ होणे (रंगीत पारदर्शिका पृष्ठ ७७)

लक्षणे : हा विषाणुजन्य रोग असून, पिकाच्या वाढीच्या सर्व अवस्थांमध्ये याचा प्रादुर्भाव होतो. रोगाची लक्षणे मुख्यत: पानांवर आढळतात. प्रादुर्भावग्रस्त झाड प्राथमिक अवस्थेत इतर झाडांच्या तुलनेत लहान/खुरटे राहते. फांद्यांची लांबी वाढत नाही, फांद्या आकसल्याप्रमाणे दिसतात, त्यामुळे झाडाचा आकार उभट होतो. लहान वयातच या रोगाची लागण झाल्यास झाडाची वाढ होत नाही. रोगग्रस्त झाडाची पाने वरील बाजूने आतमध्ये गुंडाळतात, यामुळे पानांना हाताच्या ओंजळीचा आकार प्राप्त होतो. पानांच्या शिरा तसेच कडा पिवळ्या होतात. खोडाच्या, फांद्यांच्या पेऱ्यांची लांबी कमी होते. यामुळे झाड जास्तच खुरटे दिसू लागते व झाडाला पानांच्या गुच्छाचे स्वरूप प्राप्त होते. असे झाड बहुधा वांझ राहते. फुले तयार झालीच तर त्यांची नैसर्गिक वाढ होत नाही व ती कालांतराने गळून पडतात यामुळे उत्पन्नात मोठ्या प्रमाणात घट होते.

पिके : केळी, टोमॅटो, पपई, तंबाखू इत्यादी.

प्रसार : रोगाचा प्रसार रोगग्रस्त अवयवांची लागवड केल्यामुळे होतो. तसेच पांढरी माशी या रस शोषण करणाऱ्या कीटकाच्या माध्यमातून या रोगाचा प्रसार मोठ्या प्रमाणात होतो.

रोग व्यवस्थापन

- रोगमुक्त मातृवृक्षाच्या अवयवांचा अभिवृद्धीसाठी वापर करावा.
- रोगग्रस्त झाडे उपटून नष्ट करावीत.

विविध पिकांवरील मर रोगाची लक्षणे

ऊस

कोबी

आंबा

करडई

टोमॅटो

तूर

नारळ

मिरची

केळी

डाळींब

कापूस

हरभरा

शेवंती

ग्लॅडिओलस

खोडाचा अंतर्भाग

विविध पिकांवरील बुरशीजन्य भुरी रोगाची लक्षणे

गहू

मिरची

गुलाब

सूर्यफूल

टोमॅटो

बोर

सोयाबीन

भेंडी

कलिंगड

तीळ

वाटाणा

कांदा

द्राक्ष

आंबा

विविध पिकांवरील बुरशीजन्य केवडा रोगाची लक्षणे

कलिंगड

द्राक्ष

टरबूज

ऊस

सूर्यफूल

दोडका

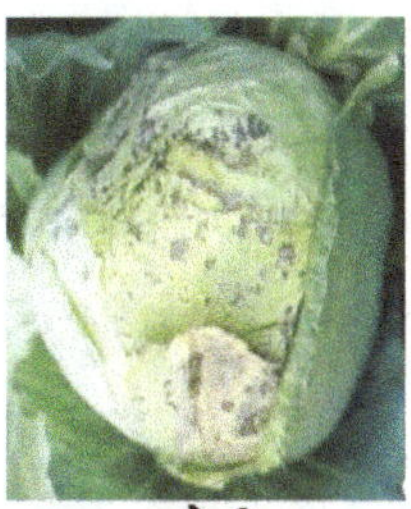

कोबी

मका

फ्लॉवर

बाजरी

कांदा

मका

विविध पिकांवरील बुरशीजन्य तांबेरा रोगाची लक्षणे

सोयाबीन

सूर्यफूल

सूर्यफूल

गव्हावरील काळा तांबेरा

गव्हावरील तांबूस तांबेरा

गव्हावरील पिवळा तांबेरा

ज्वारी

गुलाब

भूईमूग

अंजीर

तीळ

बाजरी

विविध पिकांवरील बुरशीजन्य काणी रोगाची लक्षणे

ज्वारीच्या दाण्यावरील काणी

ज्वारीवरील मोकळी काणी

ज्वारीतील कणीस काणी

ज्वारीवरील लांब काणी

ज्वारी

बाजरी

ऊस

मका

गहू

मका

कांदा

भातावरील फसवी काणी

पानांवरील बुरशीजन्य ठिपके आणि करपा

बाजरी

सोयाबीन

ज्वारी

टोमॅटो

बटाटा

केळी

हळद

पेरू

मिरची

आंबा

सूर्यफूल

मका

भुईमुगातील लवकर टिक्का

भुईमुगातील उशिरा टिक्का

पानांवरील बुरशीजन्य ठिपके आणि करपा

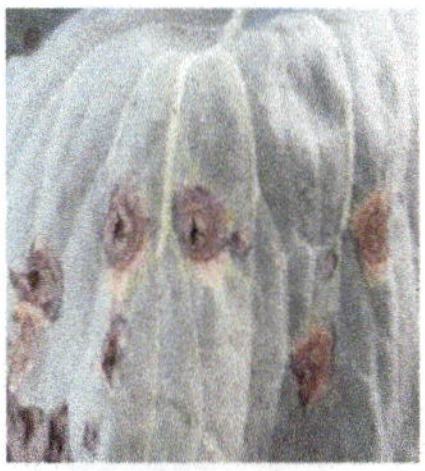
फुलकोबी

कोबी

मिरची

भात

ज्वारी

ज्वारी

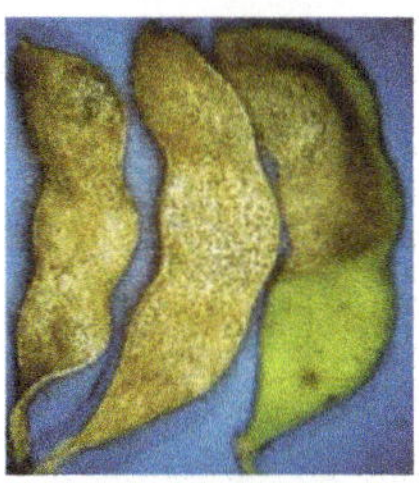
सोयाबीन

करडई

ज्वारी

जवस

जवस

द्राक्ष

शेवंती

झेंडू

कांदा

फळांवरील बुरशीजन्य ठिपके

डाळींब

आंबा

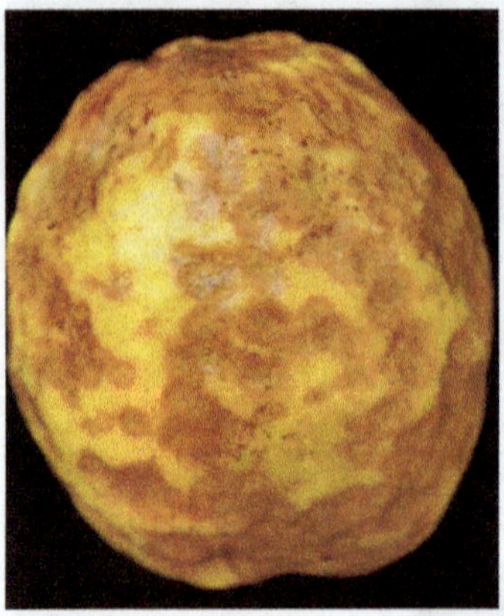

पेरू

केळी

घेवडा

विविध पिकांवरील बुरशीजन्य फळ/फळभाज्या कूज रोगाची लक्षणे

कोहळा

कलिंगड

काकडी

टोमॅटो

पपई

संत्रे

लिंबू

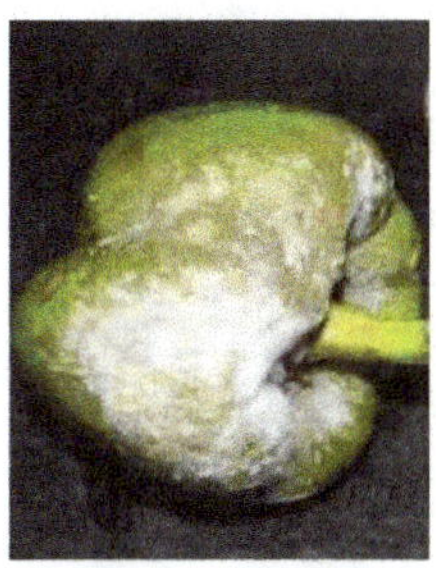

सिमला मिरची

वांगी

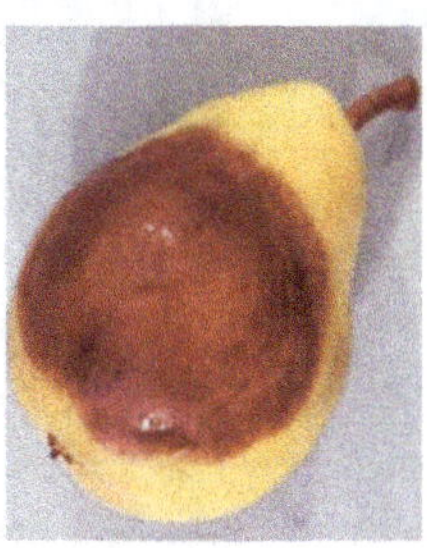

पेरू

चिकू

विविध पिकांवरील वेगवेगळ्या बुरशीजन्य रोगाची लक्षणे

ज्वारीतील चिकटा रोगाची मधु थेंब अवस्था

ज्वारीतील कडकड्या

ज्वारीच्या दाण्यावरील बुरशींची वाढ

बाजरीतील चिकटा रोगाची मधु थेंब अवस्था

गव्हातील पोकळ काणी

ऊसातील लाल कूज

भुईमुगातील खोड कूज

कापसातील खोड/मूळ कूज

कापसातील बोंड कूज

विविध पिकांतील खोड/मूळ

आंब्यामधील मोहराची अवास्तव वाढ

लिंबूवर्गीय पिकातील डिंक्या

विविध पिकातील इतर रोग

लिंबूवर्गीय पिकातील इक्झोक्वारटीस

केळी पिकातील सिगारेट करपा

कोबीवर्गीय पिकातील पांढरी पुरळ

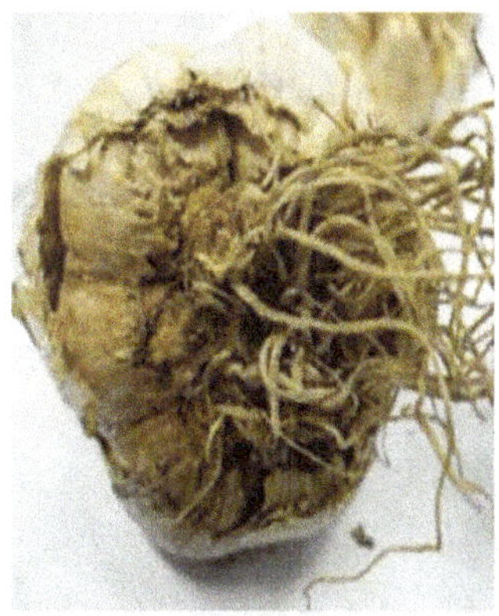

लसणातील कूज

बी कूज

रोपे कोलमडणे

विविध पिकांवरील विषाणुजन्य रोगांची लक्षणे

भातातील
पाने पिवळी होणे

ऊसातील केवडा

भुईमुगातील
शेंडे करपा

सूर्यफूल शेंडे करपा

तूर वांझ केवडा

हरभरा खुरटणे

सोयाबीनवरील पाने
पिवळी होणारा केवडा

सोयाबीन पाने गोळा होणे

सोयाबीन पाने गोळा होणे

सोयाबीन केवडा
(मोझॅक)

तंबाखू केवडा
(मोझॅक)

तंबाखू केवडा
(मोझॅक)

विविध पिकांवरील विषाणुजन्य रोगांची लक्षणे

टोमॅटोतील केवडा

लिंबू

केळीच्या पानांचा पर्णगुच्छ

केळीच्या पिवळ्या शिरांचा केवडा

पपईतील पिवळ्या शिरांचा केवडा

पपईतील पाने गोळा होणे

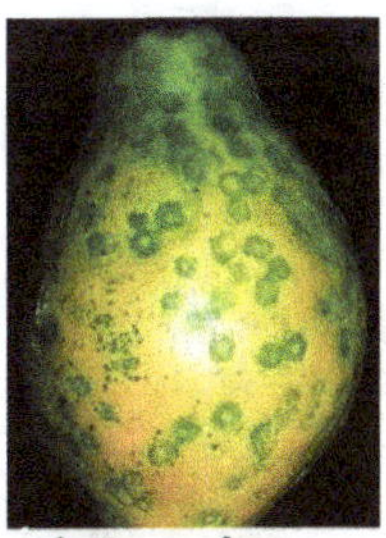

पपईवरील वर्तुळाकार ठिपके

काकडीतील केवडा

घेवड्यातील पिवळा केवडा

भेंडीतील पिवळ्या शिरांचा केवडा

बटाट्यातील पिवळा केवडा

लिंबूवर्गीय झाडातील अचानक मर

विविध पिकांवरील जिवाणुजन्य रोगांची लक्षणे

ऊस

कापूस

सोयाबीन

लिंबूवरील खैरा

केळी

पेरू

कोबी

डाळिंबावरील तेल्या

डाळिंबावरील तेल्या

पेरू

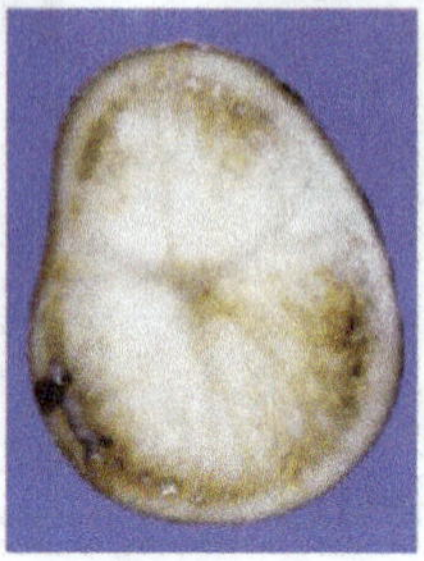

बटाटा

फायटोप्लाझमाजन्य रोग

ऊसातील गवत्या

मिरचीतील चुरडामुरडा

तिळातील बोकड्या

वांग्यातील बोकड्या

पिकांवर उपजीविका करणाऱ्या सपुष्प परजीवी वनस्पती

स्टायगा/टारफूल

ब्रुम रेप/बंबाखू

लोरँन्थस/बांडगूळ

डॉडर/कस्कुटा

- पांढऱ्या माशीच्या नियंत्रणासाठी आंतरप्रवाही कीटकनाशकाचा वापर करावा.
- शेतात तसेच बांधावर गवताचा प्रादुर्भाव होऊ देऊ नये.
- पिकाची बिगरहंगामी स्वत:हून उगवून आलेली झाडे उपटून नष्ट करावीत.

• पिवळ्या शिरांचा मोझॅक (रंगीत पारदर्शिका पृष्ठ ७७)

लक्षणे : हा विषाणुजन्य रोग असून या रोगाची लक्षणे झाडाच्या वाढीच्या सर्व अवस्थांमध्ये आढळतात. रोगग्रस्त झाडावर रोगाची लक्षणे मुख्यत: पानांवर, भेंडीवर, शेंगांवर आढळतात. प्रारंभिक अवस्थेत पानांच्या लहान लहान शिरा पिवळ्या पडतात. कालांतराने हा पिवळेपणा मोठ्या शिरेपर्यंत पोहोचून सर्व शिरा पिवळ्या होतात. शिरांमधील पानांचा भाग पिवळा होण्यास सुरुवात होते व शेवटच्या अवस्थेत पूर्ण पान पिवळे पडते व शिरा तांबूस होऊ लागतात. भेंडीच्या षट्कोणी लांबट फळावरील शिरा पिवळ्या होतात. शिरामधील पृष्ठभाग फिकट पिवळा होतो. पानांचा आकार अरुंद होऊन पानांचे शेंडे लांबतात. पानांवर पिवळ्या शिरांची जाळी तयार होते.

पिके : भेंडी, मका इत्यादी

प्रसार : रोगट झाडावरील पांढऱ्या माशीने इतर निरोगी झाडांवर रसशोषण केल्यास या रोगाचा प्रसार होतो.

व्यवस्थापन

१. रोगप्रतिकार वाणाची लावगड करावी. (उदाहरणार्थ, परभणी क्रांती, पुसा सावनी).
२. बिगरहंगामी स्वत:हून उगवून आलेली भेंडीची झाडे उपटून नष्ट करावीत.
३. शेतात गवताचे प्रमाण कमी असावे.
४. पांढऱ्या माशीच्या नियंत्रणासाठी आंतरप्रवाही कीटकनाशकाची फवारणी करावी.

• केळीच्या पानांचा पर्णगुच्छ (रंगीत पारदर्शिका पृष्ठ ७७)

लक्षणे : हा विषाणुजन्य रोग असून, या रोगाची लक्षणे मुख्यत: केळीच्या रोप अवस्थेत दिसतात. या रोगात पानांच्या देठावर तसेच सुरुवातीच्या अवस्थेत पानाच्या मुख्य शिरेवर गडद हिरव्या रंगाचे पट्टे आढळतात. कालांतराने पानाच्या मुख्य शिरेला काटकोनात असणाऱ्या लहान शिरांवर सुद्धा असे गडद हिरव्या रंगाचे एकमेकांना समांतर पट्टे आढळतात. प्राथमिक अवस्थेत हे पट्टे तुटक तुटक ठिपक्यांच्या स्वरूपात असतात, नंतर ते सलग होऊन अखंड पट्टा तयार होतो. पानांच्या कडा पिवळ्या होऊन नंतर तांबूस व काहीशा करपतात. पानाच्या देठाची वाढ खुंटते. तो लांब होत नाही. पानाचा आकार लहान राहून पाने वरच्या दिशेने उभी राहतात व त्याचा मुकुटाप्रमाणे पर्णगुच्छ तयार होतो. झाडाची वाढ २-३ फूट उंचीपर्यंत होते. बऱ्याच वेळा मोठ्या केळीच्या कमळावर तांबूस व पांढरसर पिवळ्या रंगाचे पट्टे उमटतात. या रोगाची लागण रोप अवस्थेत झाल्यास अशा झाडाची वाढ खुंटते व त्यास फळधारणा होत नाही.

प्रसार : रोगग्रस्त झाडाच्या कंदाचा लागवडीसाठी वापर केल्यास, तसेच केळीवरील मावा कीटकाच्या माध्यमातून रोगाचा प्रसार होतो.

व्यवस्थापन

१. रोगग्रस्त झाडे उपटून नष्ट करावीत.
२. रोगमुक्त झाडाचे कंद पुनर्लागवडीसाठी वापरावेत.
३. लहान केळीच्या बागेत काकडी, टरबूज, कलिंगड यासारखी आंतरपिके घेऊ नयेत. या पिकांवर हा विषाणू जिवंत राहतो.
४. केळीवरील मावा कीटकाच्या नियंत्रणासाठी आंतरप्रवाही कीटकनाशकांची फवारणी करावी.

• पिकावरील शेंडे करपा (रंगीत पारदर्शिका पृष्ठ ७६)

लक्षणे : हा विषाणुजन्य रोग असून हा झाडाच्या वाढीच्या मध्य अवस्थेत आढळतो. या विषाणूच्या लागणीमुळे झाडाच्या शेंड्यातून बाहेर येणारी नवीन पाने लहान राहतात. अशी पाने वरच्या बाजूने आतमध्ये गुंडाळली जातात. प्रादुर्भावग्रस्त पानांच्या पृष्ठभागावर उंचवटा व खड्ड्याची वलये तयार होतात तसेच पानांवर वर्तुळाकार ठिपके आढळतात. ठिपक्यांचा आकार अनियमित असून हे ठिपके पानांच्या देठांवरदेखील आडळतात. झाड खुरटे राहते, त्याची उंची वाढत नाही. तसेच झाड पसरतही नाही, खोडांच्या पेऱ्यांची लांबी कमी होते. पाने पिवळी पडून नंतर करपून जातात. अशा झाडास फुले कमी लागतात व शेवटच्या टप्प्यात झाडाचा शेंडा करपतो.

पिके : भुईमूग, सूर्यफूल, इत्यादी

प्रसार : या विषाणूचा प्रसार झाडावरील तुडतुड्यामुळे होतो.

व्यवस्थापन

१. प्रादुर्भावग्रस्त झाडे उपटून नष्ट करावीत.
२. भुईमुगाची लागवड १५ x १५ सें. मी. अंतरावर करावी.
३. तुडतुड्यांच्या नियंत्रणासाठी आंतरप्रवाही कीटकनाशकाचा वापर करावा.

• तुरीवरील वांझ मोझॅक (रंगीत पारदर्शिका पृष्ठ ७६)

लक्षणे : हा विषाणुजन्य रोग असून या रोगाचा प्रादुर्भाव झाडाच्या वाढीच्या सर्व अवस्थांमध्ये होतो. प्रादुर्भावग्रस्त झाडाच्या पानांवर फिकट हिरव्या ते पिवळसर रंगाचे व्रण तयार होतात. पानांच्या पृष्ठभागावर चढउतार तयार होऊन पाने शेंड्याकडून गोळा होतात. पानांचा आकार लहान होऊन ती लांबट होतात. खोडाची वाढ खुंटते रोगाचा प्रादुर्भाव पेरणीनंतर ४५ दिवसांपर्यंत झाल्यास अशा झाडाला फुले किंवा शेंगा लागत नाहीत. रोगाचा प्रादुर्भाव पक्वावस्थेत झाला तर झाडाचा काही भाग वांझ राहतो. शेंगा पोसल्या जात नाहीत, शेंगांमधील दाण्याचा आकार लहान राहतो तसेच दाणे सुरकुततात. या रोगात झाड वांझ होते तसेच पानांवर एकानंतर एक पिवळसर तसेच हिरव्या रंगाचे चट्टे निर्माण होतात. म्हणून याला वांझ केवडा असे म्हणतात.

पिक : तूर

प्रसार : तुरीवरील कोळी कीटकामार्फत या रोगाचा प्रसार होतो.

व्यवस्थापन

१. प्रादुर्भावग्रस्त झाडे उपटून नष्ट करावीत.
२. रोगप्रतिकार जातींची लागवड करावी.
३. कोळी कीटकाच्या नियंत्रणासाठी कीटकनाशकाची फवारणी करावी.

• हरभरा खुरटणे (रंगीत पारदर्शिका पृष्ठ ७६)

लक्षणे : हा विषाणुजन्य रोग असून या रोगाचा प्रादुर्भाव झाडाच्या सर्व अवस्थांमध्ये होतो. रोगग्रस्त झाडाची उंची वाढत नाही, पेऱ्यांची/कांड्याची लांबी वाढत नसल्याने झाड खुरटे बनून फांद्यांचा गुच्छ तयार होतो. पानांचा आकार लहान होऊन त्यांचा रंग पिवळा, नारिंगी किंवा तपकिरी लाल होतो. झाडाच्या फांद्यांचा रंग विटकरी होऊन झाड अपक्व अवस्थेत वाळते. रोगग्रस्त झाड न वाळता जिवंत राहिल्यास अशा झाडाला घाटे कमी लागतात. या विषाणूंचा प्रादुर्भाव खोडाच्या रसवाहिन्यांवर होतो, जलवाहिन्या प्रादुर्भावविरहित सामान्य अवस्थेत असतात.

पीक : हरभरा

प्रसार : झाडावरील मावा कीटकामार्फत याचा प्रसार होतो.

व्यवस्थापन

१. रोगग्रस्त झाड उपटून नष्ट करावे.
२. मावा किडीच्या नियंत्रणासाठी आंतरप्रवाही कीटकनाशकाची फवारणी करावी.

• लिंबूवर्गीय पिकातील कँकर रोग

लक्षणे : हा लिंबूवर्गीय पिकातील जीवाणुजन्य रोग असून या रोगाची लक्षणे झाडाच्या वाढीच्या सर्व अवस्थांवर आढळतात. झाडांच्या सर्व अवयवांवर उदाहरणार्थ, फांद्या, पाने, फळे, देठ, नवीन फुटवे इ. वर याचा प्रादुर्भाव होतो. तथापि रोगाची लक्षणे मुख्यतः पाने, फळांवर अधिक व सहज आढळतात. रोगाच्या प्रारंभिक अवस्थेत गोलाकार, ओलसर, लहान लहान, पिवळसर रंगाचे ठिपके पानांवर तयार होतात. कालांतराने या ठिपक्यांचा आकार वाढत जाऊन त्यांचा रंग करडा होतो. असे करड्या रंगाचे ठिपके काहीसे उंचावतात व वाळलेल्या लाकडी रंगाचे उंचवटे तयार होतात. अशा करड्या रंगाच्या लाकडी ठिपक्यांभोवती पिवळ्या रंगाचे वर्तुळ तयार होते, फळांवर अशी वर्तुळे तयार होत नाहीत. फळांवरील असे लहान लहान लाकडासारखे दिसणारे करड्या रंगाचे व्रण एकत्र येऊन मोठा व्रण तयार होतो. रोगाची ही लक्षणे फळाच्या सालीपुरतीच मर्यादित राहतात. परंतु यामुळे फळाचा बाजारभाव कमी होतो व आर्थिक नुकसान होते. मोठ्या प्रमाणात रोगाचा प्रादुर्भाव झाल्यास पानगळ होते व फांद्या वाळतात.

पिके : लिंबू, संत्रे, मोसंबी इत्यादी

रोगकारक : झॅन्थोमोनास स्पेसीज

पोषक वातावरण : ढगाळ वातावरण, हवेतील मुक्त आर्द्रता, उष्ण तापमानाबरोबरच पर्जन्य असे हवामान या रोगास पोषक असते.

प्रसार : या रोगाचे जीवाणू जमिनीवरील तसेच झाडावरील रोगग्रस्त पाने, फांद्या, फळे यांवर सुप्त अवस्थेत राहतात आणि पुढील हंगामात पोषक हवामान मिळताच इतर निरोगी झाडांवर रोगाची लागण करतात. जीवाणू मूख्यतः झाडावरील नैसर्गिक छिद्रे किंवा जखमा याद्वारे वनस्पतीत प्रवेश मिळवतात. हे जीवाणू एका फांदीपासून दुसऱ्या फांदीपर्यंत तसेच लगतच्या झाडापर्यंत पावसाच्या थेंबाचे तुषार उडल्यानेसुद्धा पसरतात. तसेच झाडावरील पाने पोखरणाऱ्या आळीच्या माध्यमातून या रोगाचा प्रसार होतो.

व्यवस्थापन

१. रोगग्रस्त पाने, फांद्या, फळे काढून ती जाळून नष्ट करावीत.
२. फळबागेच्या भोवती वारारोधक झाडांची लागवड करावी.
३. कँकर रोग विरहित बागेतून रोपांची निवड करावी.
४. स्ट्रेप्टोमायसीन १ ग्रॅम + कॉपर ऑक्सिक्लोराईड ३० ग्रॅम + १० लि. पाणी यांच्या १५ दिवसांच्या अंतराने तीन फवारण्या कराव्यात.

• जीवाणुजन्य कोनीय ठिपके/पट्टे/करपा (रंगीत पारदर्शिका पृष्ठ ७८)

लक्षणे : या रोगाची लक्षणे झाडाच्या उगवणीपासून ते काढणीपर्यंत कमी-जास्त प्रमाणात पाने, फांद्या, फळे, बी, बोंड इ. अवयवांवर आढळतात. द्विदल पिकांमध्ये रोगाच्या प्राथमिक अवस्थेत पानाच्या शेंड्याकडील भागात पानांच्या कडांवर ओलसर हिरव्या रंगाचे ठिपके आढळतात. कालांतराने या ठिपक्यांचा आकार वाढत जाऊन त्यांचा रंग फिकट विटकरी ते गडद काळा होतो. द्विदल वनस्पतींच्या पानांच्या दोन शिरांमध्ये असे ठिपके वाढतात. ठिपक्यांच्या कडांचे विविध कोन तयार होतात. बऱ्याच वेळा ठिपक्यांच्याभोवती पिवळे वर्तुळ तयार होते. ठिपक्यांच्या मधला भाग मृत होतो व त्यावर L,Y आकाराच्या भेगा पडतात. असा मृत भाग वाऱ्याने निघून जाऊन त्या ठिकाणी पानाला छिद्रे पडतात. तर एकदल वनस्पतींमध्ये या रोगाच्या प्राथमिक अवस्थेत पानांवर लहान लहान ओलसर हिरव्या रंगाचे लांबट ठिपके तयार होतात. कालांतराने या ठिपक्यांचा आकार वाढत जाऊन ते लांबट, निमुळते, गडद तपकिरी, पांढरट रंगाचे होतात. हे ठिपकेसुद्धा पानांच्या दोन शिरांच्या मध्येच वाढतात परंतु एकदल वनस्पतीच्या पानांच्या शिरा एकमेकांना समांतर असल्याकारणाने या ठिपक्यांचा आकार लांबट व निमुळता होतो.

रोगाचा प्रादुर्भाव जास्त प्रमाणात असल्यास व पोषक हवामान मिळाल्यास ठिपके एकमेकांमध्ये एकत्र होऊन करपा रोगात रूपांतरित होतात व पाने करपून गळतात. झाडांच्या फांद्या, फळे, बोंडांवरसुद्धा वरील प्रकारची लक्षणे आढळून येतात व प्रादुर्भाव अधिक असल्यास फांद्या सुकल्यावर फांद्यावर काळसर रंगाचे पट्टे तयार होतात. कालांतराने जीवाणूंची वाढ पूर्ण फांदीमध्ये होऊन फांद्या वाळतात.

पिके : कापूस, आंबा, पेरू, सोयाबीन, मूग, उडीद, वाटाणा, ज्वारी, बाजरी, भात, गहू, भोपळा, दोडका, काकडी इत्यादी

रोगकारक : झॅन्थोमोनास स्पेसीज

पोषक वातावरण : उष्ण दमट, ढगाळ हवामान या रोगास पोषक असते.

प्रसार : या रोगाचे जीवाणू झाडाच्या मृत तसेच सजीव रोगग्रस्त अवयवांवर प्रतिकूल हवामानात सुप्त अवस्थेत जिवंत राहतात. तसेच बियाणे, सरकी, फांद्या यांच्या माध्यामातून यांचा प्रसार होतो. एकाच शेतात, एका झाडापासून दुसऱ्या झाडापर्यंत, कमी अंतरावर जीवाणुजन्य रोगाचा प्रसार वादळी वारे, पाऊस यांच्या माध्यमातून होतो.

व्यवस्थापन

१. रोगग्रस्त झाडांचे अवयव जाळून नष्ट करावेत.

२. १५ दिवसांच्या अंतराने बोर्डो मिश्रण (१ टक्के) ची फवारणी करावी किंवा स्ट्रेप्टोमायसीन या जीवाणूनाशकांची १ लि. पाण्यासाठी २०० मि. ग्रॅम या प्रमाणात द्रावण करून फवारणी करावी.

• जीवाणुजन्य मर रोग (रंगीत पारदर्शिका पृष्ठ ६५)

लक्षणे : या रोगाच्या प्रारंभिक अवस्थेत झाडाच्या शेंड्याकडील एखाद दुसरे पान सुकलेले, कोमजलेले आढळते. २-३ दिवसांत झाडांची बरीच किंवा सर्व पाने निस्तेज होतात, कोमजतात, सुकतात व माना टाकतात, फांद्या नरम, मऊ होतात. कालांतराने या फांद्या, पाने सुरकतून वाळतात व कडक होतात. नरम, मऊ झालेल्या फांदीचा आडवा छेद करून दोन बोटांनी दाबला असता त्यामधून जीवाणुजन्य रसाचे पांढऱ्या रंगाचे थेंब टिपकतात. फांदीच्या आंतरभागातील पेशीचा रंग काळसर होतो

पिके : फळभाज्या (मिरची, टोमॅटो), वेलवर्गीय भाजीपाला (दोडका, भोपळा, काकडी, टरबुज, कारली), अन्नधान्य पिके, कडधान्य पिकांची रोप/कोवळी अवस्था, बटाटा, केळी इत्यादी

रोगकारक : स्युडोमोनास स्पेसीज

पोषक वातावरण : शेतात पाणी साचून राहणे, पाण्याचा निचरा न होणे.

प्रसार : वेलवर्गीय भाजीपाल्यांवर आढळणाऱ्या भुंग्याच्या माध्यमातून, तसेच या भुंग्यानी मुळांना केलेल्या जखमांतून, हत्याराच्या वापरामुळे झाडाला होणाऱ्या इजांच्या मार्फत, तसेच रोगग्रस्त बेणे, कंद यांच्या मार्फत प्रसार होतो. तसेच झाडाच्या रोगग्रस्त अवयवांमध्ये जीवाणू सुप्त अवस्थेत राहतात व नवीन झाडाला रोगाची लागण करतात.

व्यवस्थापन

१. रोगग्रस्त झाडे व त्यांचे अवयव नष्ट करणे.

२. निरोगी झाडांचे कंद, बेणे पुनर्लागवडीसाठी वापरणे.

३. उन्हाळ्यामध्ये खोलवर नांगरट करणे.

४. पाण्याचा निचरा करणे.

५. पिकांची फेरपालट करणे.

६. कीटकनाशकाचा वापर करून भुंग्यांचा नाश करणे इत्यादी

• डाळिंबावरील तेल्या (रंगीत पारदर्शिका पृष्ठ ७८)

लक्षणे : हा जीवाणुजन्य रोग असून या रोगाचा प्रादुर्भाव परिपक्व झाडावर फांद्या, पाने, फुलकळी तसेच फळांवर आढळतो. या रोगाच्या सुरुवातीच्या अवस्थेत पानांवर लहान फिकट ओलसर ठिपके आढळतात. ठिपक्यांचा रंग मुख्यतः प्राथमिक अवस्थेत झाडाच्या अवयवाच्या रंगासारखाच, पण थोडासा गडद व तेलकट असतो. म्हणजे हिरवे पान किंवा हिरवे फळ असेल तर तेलकट हिरवा, कळी असेल तर तेलकट नारिंगी व फांदी असेल तर तेलकट करडा रंग. ठिपक्यांचा आकार ओबड धोबड गोलाकार ते लांबट अशा प्रकारचा असतो. कालांतराने त्यांचा रंग गडद तांबूस काळपट विटकरी होतो. या जीवाणुजन्य रोगाची लागण आणि बुरशीजन्य ठिपक्या रोगाची लागण एकत्रित झाल्यास ठिपक्यांचा रंग जास्त काळपट होतो. पानांवरील लहान लहान ठिपके मोठे होऊन एकत्र येतात व पाने वाळतात व त्यावर भेगा पडतात. फांद्यांवरील ठिपके एकत्रित येऊन फांद्या वाळतात, व त्यावर उभट भेगा पडतात. फळांवरील लहान तेलकट ठिपके एकत्र येऊन सालीचा मोठा भाग गडद तपकिरी ते काळपट होतो. कालांतराने यावर L व Y आकाराच्या भेगा पडून फळे फुटतात व गळून पडतात.

पिके : डाळींब

रोगकारक : झँथोमोनास स्पेसीज

पोषक वातावरण : ढगाळ, दमट वातावरण, वादळी वारा, झाडांची दाटी, बागेतील अस्वच्छता या बाबी रोग होण्यास कारणीभूत ठरतात.

प्रसार : झाडाची रोगग्रस्त पाने, फांद्या, फळे, फुले इत्यादी जमिनीवर पडल्यास त्यावर जीवाणू ६-७ महिने सुप्त अवस्थेत राहतात व पुढील हंगामात रोगाचा प्रसार करतात. तसेच रोगट कलमांची लागण केल्याने, एकच एक हत्यार रोगट व निरोगी झाडासाठी वापरल्याने रोगाचा प्रसार होतो. पावसाच्या पाण्याचे थेंब इतरत्र पसरल्याने सुद्धा लहान अंतरावर रोगाचा प्रसार होतो.

व्यवस्थापन

१. छाटणीनंतर लगेच १ टक्के बोर्डो मिश्रणाची पहिली फवारणी करावी.
२. पहिल्या फवारणीनंतर झाडाच्या खोडाला २ फुटापर्यंत कॉपर ऑक्सिक्लोराईड १५ ग्रॅम + कार्बारिल ६ ग्रॅम + स्टिकर १ मिली + १ लिटर पाणी या मिश्रणाचा मुलामा द्यावा.
३. नवीन पाने फुटण्याच्या वेळेस स्ट्रेप्टोमायसीन २.५ ग्रॅम + कॉपर ऑक्सिक्लोराईड २५ ग्रॅम + १० मिली स्टिकर १० लि. पाण्यात मिसळून दुसरी फवारणी द्यावी.
४. तिसरी फवारणी ०.४ टक्के बोर्डो मिश्रणाची द्यावी.
५. ढगाळ वातावरणात किंवा वातावरणात आर्द्रता अधिक असल्यास वरील फवारणी पुन्हा ८-१० दिवसांत करावी.
६. बागेत कमालीची स्वच्छता ठेवावी, रोगग्रस्त अवयव जाळून नष्ट करावेत.

• बोकड्या (रंगीत पारदर्शिका पृष्ठ ७९)

लक्षणे : हा रोग फायटोप्लाझ्माजन्य रोग असून या रोगाचा प्रादुर्भाव झाडाच्या वाढीच्या सर्व अवस्थांमध्ये होतो. या रोगाची लक्षणे आंतरप्रवाही असल्याने एकाच वेळेस झाडाच्या सर्व अवयवांवर याची लक्षणे दिसतात. या रोगात पानांचा आकार लहान होतो व पानातील हरितद्रव्याचा नाश होतो. मोठ्या आकाराची पाने वरील बाजूने आतमध्ये गुडाळली जातात. पानांचे देठ खूपच आखूड होतात. नवीन तयार होणारी पाने लहान लहान आकारात गुच्छाच्या स्वरूपात तयार होतात. खोडाच्या फांद्याच्या पेऱ्यांची/कांड्याची लांबी कमी होते. शेंड्याची उंच वाढ होते, परंतु पानांच्या देठाची व पानांची वाढ न झाल्यामुळे झाडाला पर्णगुच्छाचे स्वरूप येते. रोगग्रस्त झाडाला फुले लागत नाहीत आणि लागलीच तर त्यांचा रंग हिरवा राहतो. अशा झाडाला फळधारणा होत नाही आणि फळे आलीच तर ती हिरवी, टणक, राहतात. ती पक्व होत नाहीत. तीळ पिकामध्ये फुलांच्या अवयवांचे रुपांतर पानांत होते. पानांच्या शिरांचा आकार मोठा होतो व झाड वांझ होते.

पिके : वांगी, मिरची, तीळ इत्यादी

रोगकारक : फायटोप्लाझ्मा

प्रसार : या फायटोप्लाझ्माजन्य रोगाचा प्रसार पानांवरील तुडतुडे या किटकाच्या माध्यमातून होतो.

व्यवस्थापन

१. प्रादुर्भावग्रस्त झाड उपटून नष्ट करावे.
२. पानांवरील तुडतुडे कीटकांच्या नियंत्रणासाठी फळधारणेपूर्वी आंतरप्रवाही कीटकनाशकाची पाण्यात मिसळून फवारणी करावी. फळधारणा झाल्यानंतर या कीटकनाशकाची फवारणी करू नये.
३. टेट्रासायक्लिन या प्रतिजैविकाची ५ ग्रॅम प्रति १० लिटर पाणी या प्रमाणात फवारणी रोगाच्या प्रारंभिक अवस्थेत करावी. एकदा रोगाची लक्षणे दिसू लागल्यास रोगावर नियंत्रण करणे शक्य नसते. अशा वेळी प्रादुर्भावग्रस्त झाडे उपटून नष्ट करावीत.

• गवत्या (रंगीत पारदर्शिका पृष्ठ ७९)

लक्षणे : हा फायटोप्लाझमाजन्यरोग असून रोगाची लक्षणे उसाच्या कोवळ्या अवस्थेत आढळून येतात. रोगकारक आंतरगामी असल्याने याची लक्षणे एकाच वेळी पूर्ण झाडावर दिसतात. रोगग्रस्त उसाला असंख्य लहान लहान फुटवे फुटतात. पानांचा आकार गवताच्या पानांप्रमाणे लहान, निमुळता होतो. फुटव्यांची जाडी खूपच लहान राहते. रोगग्रस्त बेण्याची वाढ खुंटते. ३-४ फुटांपर्यंतच उसाच्या पानांची वाढ होते. फुटव्यांची दाटी झाल्यामुळे पर्णगुच्छ तयार होतो. हे फुटवे एखाद्या गवताच्या बेटाप्रमाणे दिसू लागतात. पानांचा रंग पिवळा व नंतर पांढरा होतो पानातील हरितद्रव्याचा नाश होतो. रोगकारकाच्या प्रादुर्भावामुळे उत्पन्नात घट होते.

पिके : ऊस, मका इत्यादी

रोगकारक : फायटोप्लाझ्मा

प्रसार : रोगकारकाचा प्रसार रसाद्वारे, एकच कोयता किंवा हत्यार रोगग्रस्त व निरोगी उसासाठी वापरल्यास खोडव्यामध्ये या रोगाची लागण होते. प्रादुर्भावग्रस्त उसाचे बेणे लागवडीसाठी वापरल्यास रोगाचा प्रसार होतो. तसेच उसावरील मावा किडीमार्फत या रोगाचा प्रसार मोठ्या प्रमाणात होतो.

व्यवस्थापन

१. प्रादुर्भावग्रस्त ऊस उपटून नष्ट करावा.

२. रोगमुक्त उसाचे बेणे लागवडीसाठी वापरावे.

३. खोडव्याचे पीक जास्त वर्षे घेऊ नये.

४. मावा किडीच्या नियंत्रणासाठी आंतरप्रवाही कीटकनाशकाची फवारणी करावी.

५. बेणे लागवडीपूर्वी ५२° सें. तापमानाच्या पाण्यात १ तासासाठी बुडवून ठेवावे.

• स्ट्रायगा/टारफुला (रंगीत पारदर्शिका पृष्ठ ८०)

लक्षणे : टारफुला किंवा स्ट्रायगा ही सपुष्प वनस्पती असून तिची वाढ ज्वारीच्या झाडावर होते. ही वनस्पती अंशतः ज्वारीच्या मुळांवर उपजीविका करते. उगवणुकीसाठी, पाण्यासाठी तसेच जमिनीतील अन्नद्रव्यासाठी ती ज्वारीवर अवलंबून असते. ही वनस्पती ज्वारीच्या मुळांतून पाणी व अन्नद्रव्याचे शोषण करते. यामुळे ज्वारीचे झाड खुरटे बनते, त्यांची उंची कमी राहते, ज्वारीच्या दाण्यांचा आकार लहान होतो, झाडाचा तजेलदारपणा कमी होतो व उत्पन्नात घट होते. प्रादुर्भावग्रस्त ज्वारीच्या दाण्यांची उगवणक्षमता कमी होते.

पिके : ज्वारी, ऊस, मका.

प्रसार : टारफुल वनस्पतीचे बीज आकाराने अतिशय लहान असते. एका झाडापासून एका वर्षात १,००,००० बीजे तयार होतात. तसेच या बियांची उगवणक्षमता १२-४० वर्षांपर्यंत टिकून राहते. कमी अंतरापर्यंत या बियाण्यांचा प्रसार पावसाचे पाणी, सिंचनाचे पाणी, जनावरे यांच्यामार्फत होतो. तर लांब अंतरावर यांचा प्रसार वाऱ्यामार्फत होतो. टारफुलाचे बीज मातीत सुप्त अवस्थेत राहत असून त्यास पाणी, उष्णता इत्यादी उगवणुकीसाठी लागणाऱ्या गोष्टी मिळाल्या तरी जोपर्यंत ज्वारीच्या किंवा इतर अन्नधान्य पिकांच्या मुळांवाटे बाहेर पडणाऱ्या स्टायगल रसायनाचा संपर्क होत नाही तोपर्यंत त्यांची उगवण होत नाही. उगवणीनंतर या वनस्पतीची ४-८ आठवड्यांपर्यंत जमिनीखालीच वाढ होते. ही वनस्पती अन्नशोषक अवयव तयार करून तो ज्वारीच्या मुळांमध्ये घुसवते व अन्नद्रव्य व पाण्याचे शोषण करते. ४-८ आठवड्यानंतर ही वनस्पती जमिनीच्या वर खोड, पाने, फुले, फळे असे अवयव तयार करते. या वनस्पतींना पाने असल्याने ती प्रकाशसंश्लेषण करते. म्हणून तिला अंशतः मुळावरील परोपजीवी सपुष्प वनस्पती असे म्हणतात.

व्यवस्थापन

१. टारफुल वनस्पतीला फुले लागण्यापूर्वी उपटून नष्ट करावी.

२. अन्नधान्य पिकांची फेरपालट कापूस, भुईमूग किंवा द्विदल पिकांबरोबर करावी.

३. २-४ डी २.५ लि., ५०० लि. पाण्यात मिसळून प्रतिहेक्टरी फवारावे.

• ब्रुम रेप/बंबाखू (रंगीत पारदर्शिका पृष्ठ ८०)

लक्षणे : ही सपुष्प परजीवी वनस्पती असून हिचा प्रादुर्भाव तंबाखू पिकावर होतो. प्रादुर्भावग्रस्त झाडांची वाढ खुंटते, उंची कमी राहते, पाने चुरगळल्याप्रमाणे दिसतात, त्यांचा आकार लहान होतो. पाने निस्तेज होऊन माना खाली टाकतात, बऱ्याच वेळा त्यांच्यावर मर रोगाची लक्षणे दिसतात. तंबाखूच्या झाडावर याचा प्रादुर्भाव उशिरा झाल्यास झाड ही लक्षणे कमी प्रमाणात दाखवते; परंतु त्याच्यापासून मिळणाऱ्या उत्पन्नाची प्रत कमी होते.

पिके : तंबाखू, टोमॅटो, वांगी, फुलकोबी, कोबी इ.

प्रसार : या सपुष्प परोपजीवी वनस्पतीत हरितद्रव्यांचा अभाव असल्यामुळे ती पूर्णतः (पाणी, अन्नद्रव्य यासाठी) तंबाखूच्या झाडावर अवलंबून असते. या परोपजीवी वनस्पतीची लागण तंबाखूच्या झाडास मुळावर होते. या वनस्पतीचे बीज आकाराने खूप लहान व काळ्या रंगाचे असते. त्यांची उगवण क्षमता बऱ्याच वर्षांपर्यंत टिकून राहते. यांचा प्रसार सिंचनाच्या, पावसाच्या पाण्याद्वारे, जनावरांद्वारे होतो. तंबाखूच्या मुळांद्वारे बाहेर पडणाऱ्या रसायनांच्या प्रक्रियेमुळे या परोपजीवी वनस्पतीचे बी अंकुरते व अन्नद्रव्य, पाणी शोषण्यासाठी शोषक अवयव तयार करून त्यास तंबाखूच्या मुळांमध्ये घुसवते. कालांतराने वनस्पतीची वाढ जमिनीवर तंबाखूच्या झाडाच्या भोवती गुच्छांच्या स्वरूपात होते. ही वनस्पती लहान, आखूड १०-१५ इंच उंचीच्या फिकट पिवळसर ते तांबूस लाल रंगाचे खोड तयार करते. त्यावर तांबूस-लाल रंगाची कल्ल्याप्रमाणे पाने तयार होतात. वयोमानानुसार या खोडाची जाडी वाढत जाते. पक्व अवस्थेत या वनस्पतीवर पांढऱ्या रंगाची फुले लागतात. या फुलांचे रूपांतर बोंडामध्ये होते.

व्यवस्थापन

१. वनस्पतीवर फुले येण्यापूर्वी ती उपटून नष्ट करावी.
२. तंबाखू लावणीपूर्वी मिरची, चवळी यासारख्या सापळा पिकाची लागवड करावी व या परजीवी वनस्पतीचा नाश करावा.

• लोरॅन्थस/बांडगूळ (रंगीत पारदर्शिका पृष्ठ ८०)

लक्षणे : लोरॅन्थस/बांडगूळ ही अंशतः खोडावर, फांद्यावर जगणारी सपुष्प परजीवी वनस्पती आहे. ही वनस्पती झाडातील पाणी, अन्नद्रव्य यांचे शोषकाद्वारे शोषण करत असल्याने ज्या फांदीवर यांची वाढ होते, त्या फांदीच्या पानांचा आकार लहान राहतो, फळांचा आकार लहान राहतो.

पिके : उष्ण हवामानातील जंगलातील झाडे तसेच रबर, सफरचंद, आंबा, चिकू यासारख्या फळझाडांवर याची वाढ होते.

प्रसार : या वनस्पतीच्या बीजाचा प्रसार पक्ष्यांच्या विष्ठेतून होतो. या वनस्पती फांद्याच्या फुटव्यावर, फांद्यांच्या विभाजकावर आढळतात. यांच्या बीजांना अंकुरण्यासाठी यजमान वनस्पतीवर अवलंबून राहावे लागत नाही. अंकुरणानंतर यांचे अंकुर अंधाराच्या दिशने वाढतात यामुळे फांद्यांच्या खोबणीत त्यांची वाढ होते. ते अन्नद्रव्ये तसेच पाणी शोषण्यासाठी यजमान वनस्पतीमध्ये शोषक अवयव तयार करतात. या

वनस्पतींना लहान लहान हिरव्या रंगाची पाने असतात. त्यामुळे ती प्रकाशसंश्लेषण करू शकतात. यजमान वनस्पतीच्या सुप्त अवस्थेत ही परोपजीवी वनस्पती यजमान वनस्पतींच्या फांद्यावर हिरवी असते. यांची शोषके यजमान वनस्पतीच्या खोडाच्या अंतर्भातील जलवाहिन्यांमध्ये वाढून त्या ठिकाणी गोलाकार गाठ तयार करतात. यामुळे यजमान वनस्पतीच्या फांद्या त्या ठिकाणी फुगतात.

व्यवस्थापन

१. प्रादुर्भावग्रस्त फांद्या छाटाव्यात.

२. कॉपर सल्फेट आणि २-४ डी ची फवारणी या परजीवी वनस्पतीवर करावी.

• अमरवेल (डॉकर) (रंगीत पारदर्शिका पृष्ठ ८०)

डॉडर/कस्कुटा

लक्षणे : डॉडर/कस्कुटा ही सपुष्प फांद्यांवर वाढणारी पूर्णतः परोपजीवी वनस्पती आहे. या वनस्पतीमध्ये हरितद्रव्याचा अभाव असतो. ती स्वतःचे अन्न स्वतः तयार करू शकत नाही. तिला पाणी, मूलद्रव्य, अन्नद्रव्य व आधारासाठी यजमान वनस्पतींवर अवलंबून राहावे लागते. तिच्या वाढीमुळे यजमान वनस्पतीची वाढ खुंटते, पाने, फांद्या, फुले, फळे यांची पूर्णतः वाढ होत नाही, त्यांचा आकार लहान राहतो. त्यांची प्रत व संख्या कमी होते. बऱ्याच वेळा यजमान वनस्पती वाळते व आर्थिक नुकसान होते.

पिके : या परोपजीवी वनस्पतीचा प्रादुर्भाव सर्व पिकांवर, फळझाडावर होतो.

रोगकारक : कुस्कुटा (एसपी)

प्रसार : अमरवेल वनस्पतीचे बी प्रतिकूल हवामानात मातीमध्ये सुप्त अवस्थेत राहते. अनुकूल हवामानात त्याचे अंकुरण होते; परंतु त्याला मूळ तयार होत नाही. अंकुरणानंतर पिवळसर रंगाची लहान वायरसारखी पानविरहित वेल तयार होते. यजमान वनस्पती मिळताच ही वेल वनस्पतीला गुंडाळली जाते व शोषक अवयव यजमान वनस्पतींच्या खोडामध्ये घुसवून अन्न, पाणी, अन्नद्रव्य शोषण करते. पानविरहित वायर सारखे खोड सर्वत्र पसरून झाडावर पिवळ्या रंगाची जाळी तयार होते. वाढीच्या अवस्थेत या परोपजीवी वनस्पतीचा मातीशी संपर्क तुटलेला असतो व ती पूर्णतः यजमान वनस्पतीवर अवलंबून असते. बऱ्याच वेळा अतिशोषणामुळे यजमान वनस्पती सुकते व कालांतराने वाळून जाते. वाढीच्या अवस्थेत परजीवी वनस्पतीला फुले व बीजधारणा होते. असे बीज जमिनीवर पडते व त्यांचा प्रसार होतो.

व्यवस्थापन

१. पिकांची पेरणी करताना बियाणामध्ये या परोपजीवी वनस्पतीचे बी नसल्याची खात्री करावी.

२. वेळोवेळी परोपजीवी वनस्पतीच्या जाळीची काढणी करावी व शिफारशीनुसार, पिकानुसार योग्य त्या तणनाशकाचा वापर करावा.

१२. बुरशीनाशके

बुरशीनाशकांचा शोध वनस्पतीवरील रोगांच्या व्यवस्थापनासाठी लागला. त्यांचा वापर फवारणीसाठी, धुरळणीसाठी, खोडाला मुलामा देण्यासाठी, मलमपट्टी करण्यासाठी तसेच वाफ देण्यासाठी केला जातो. १८८२ मध्ये प्रा. पी. ए. मिलारडेट यांनी बोर्डो मिश्रणाचा फ्रान्समधील बोर्डो विद्यापीठात शोध लावल्यापासून शास्त्रज्ञाकडून वेगवेगळ्या नवीन बुरशीनाशकांचा शोध घेण्यास सुरुवात झाली. या बुरशीनाशकामध्ये मुख्यत: विषारी धातूंचे क्षार, सेंद्रीय आम्ल, गंधक, पारा तसेच नायट्रोजन यांच्या सेंद्रिय मूलद्रव्यांचा वापर होतो. तसेच यामध्ये तांबे (Cu), पारा (Hg), जस्त (Zn), निकेल (Ni) इ. धातूंचा, सेंद्रीय तसेच असेंद्रिय घटक म्हणून वापर होतो. त्याप्रमाणे गंधक, क्लोरीन, फॉस्फोरस यासारख्या अधातूंचा सुद्धा वापर होतो. म्हणून बुरशीनाशकांचे वर्गीकरण त्यांच्या रासायनिक गुणधर्मावरून केले जाते.

१. स्पर्शजन्य बुरशीनाशके

ही बुरशीनाशके वनस्पतीच्या पृष्ठभागापुरतीच मर्यादित असतात. त्यांचा विषारीपणा ते ज्या वनस्पतीच्या भागावर वापरण्यात आले आहे, त्याच भागापुरता मर्यादित असतो. बुरशीनाशकाच्या संरक्षक आवरणाच्या संपर्कात बुरशीचे अवयव आल्यास त्यांचा नाश होतो. उदा. कॅप्टान, कॉपर ऑक्सीक्लोराईड इ.

२. आंतरप्रवाही बुरशीनाशक

आंतरप्रवाही बुरशीनाशकांचा विषारी अंश झाडाच्या रसामध्ये शोषला जाऊन तो रसाबरोबर झाडाच्या संपूर्ण अवयवापर्यंत पोहोचतो. त्यामुळे अशी बुरशीनाशके झाडाच्या कोणत्याही अवयवांवर वापरली असता त्यांचा विषारीपणा संपूर्ण झाडामध्ये पसरतो. बुरशीच्या तंतूंनी झाडाच्या आतमध्ये प्रवेश करताच त्यांचा नाश होतो. पिकरोगांचे व्यवस्थापन करण्यासाठी १९६६ पासून आंतरप्रवाही बुरशीनाशकांचा वापर होण्यास सुरुवात झाली. उदा. बेनोमिल, कार्बेनडॅझिम, कारबोक्झीन, मेटॅलॅक्झील इ.

खालील बुरशीनाशके व त्यांची मात्रा ही **CIBRC,** फरीदाबाद (यादी दि. १५.०३.२०१६), कृषि विद्यापीठे व इतर संस्थांच्या नोंदणीकृत यादीतील आहेत. तसेच या बुरशीनाशकांचे प्रमाण हे बुरशीनाशकाच्या सक्रिय घटकानुसार नसुन ते बुरशीनाशक औषधाच्या (**formulation**) नुसार आहे.

बुरशीनाशके (स्वतंत्ररित्या)

पीक	रोगाचे नांव	प्रती हेक्टरसाठी बुरशीनाशकाचे प्रमाण (ग्रॅम/मि.ली./%) +पाणी (लिटर)	प्रती १० लि. पाण्यासाठी बुरशीनाशकाचे प्रमाण	प्रती कि.बियाणे बिजप्रक्रियेसाठी बुरशीनाशकाचे प्रमाण	फवारणीनंतर पीक काढणीसाठीचा कालावधी (दिवस) / बुरशीनाशक वापरण्याची पध्दत
एरेओफंजीन ४६.१५% एस.पी. (Aureofungin 46.15% SP), आंतरप्रवाही					
लिंबू	डिंक्या	७५०० ग्रॅम+७५० लि.	--	--	(३०)/ मातीत आळवणी
अझोक्सीस्ट्रोबिन २३% एस.सी. (Azoxystrobin 23% SC), आंतरप्रवाही					
द्राक्ष	केवडा,भूरी	२००मि.ली.+५०० ते ७५० लि.	--	--	(७)/ फवारणीसाठी
मिरची	फळ कुज,भूरी	५००मि.ली.+५०० ते ७५० लि.	--	--	(५)/ फवारणीसाठी
आंबा	करपा,भूरी	१०० मि.ली. प्रति +१०० लि.	--	--	(५)/ फवारणीसाठी
टोमॅटो	लवकर व उशिरा येणारा करपा	५००मि.ली.+५०० लि.	--	--	(३)/ फवारणीसाठी
बटाटा	उशिरा येणारा करपा	५००मि.ली. +५०० लि.	--	--	(१२)/ फवारणीसाठी
काकडी	केवडा,भूरी	५००मि.ली.+५०० लि.	--	--	(५)/ फवारणीसाठी
जिरे	करपा,भूरी	५००मि.ली.+५०० लि.	--	--	(२८)/ फवारणीसाठी

पीक	रोगाचे नांव	प्रती हेक्टरसाठी बुरशीनाशकाचे प्रमाण (ग्रॅम/मि.ली./%) +पाणी (लिटर)	प्रती १० लि. पाण्यासाठी बुरशीनाशकाचे प्रमाण	प्रती कि.बियाणे बिजप्रक्रियेसाठी बुरशीनाशकाचे प्रमाण	फवारणीनंतर पीक काढणीसाठीचा कालावधी (दिवस) / बुरशीनाशक वापरण्याची पध्दत
बेनोमिल ५०% डब्ल्यू.पी. (Benomyl 50 % WP),आंतरप्रवाही					
गहू	मोकळी काणी	--	--	२ ग्रॅ.	बीजप्रक्रिया
भुईमूग	टिक्का, पानावरील ठिपके	२२५ ग्रॅम+७५० लि.	--	--	फवारणीसाठी
तंबाखू	बेडकाच्या डोळयासारखे ठिपके	२२५ ग्रॅम+७५० लि.	--	--	फवारणीसाठी
घेवडा, व्दिदल पिके	भूरी	२०० ग्रॅम+६०० लि.	--	--	फवारणीसाठी
	बुरशीजन्य ठिपके	२०० ग्रॅम+६०० लि.	--	--	फवारणीसाठी
कारली वर्गीय	भूरी	२०० ग्रॅम+६०० लि.	--	--	फवारणीसाठी
	बुरशीजन्य ठिपके	२०० ग्रॅम+६०० लि.	--	--	फवारणीसाठी
मिरची	भूरी, फळकुज, पानावरील ठिपके	२०० ग्रॅम+६०० लि.	--	--	फवारणीसाठी
वांगी	भूरी	२०० ग्रॅम+६०० लि.	--	--	फवारणीसाठी
बीट	पानावरील ठिपके	२०० ग्रॅम+६०० लि.	--	--	(२१)/ फवारणीसाठी
वाटाणा	भूरी	२०० ग्रॅम+६०० लि.	--	--	(२)/ फवारणीसाठी
बाजरी	पानावरील ठिपके	५०० ग्रॅम+१००० लि.	--	--	फवारणीसाठी

पीक	रोगाचे नांव	प्रती हेक्टरसाठी बुरशीनाशकाचे प्रमाण (ग्रॅम/मि.ली./%) +पाणी (लिटर)	प्रती १० लि. पाण्यासाठी बुरशीनाशकाचे प्रमाण	प्रती कि.बियाणे बिजप्रक्रियेसाठी बुरशीनाशकाचे प्रमाण	फवारणीनंतर पीक काढणीसाठीचा कालावधी (दिवस) / बुरशीनाशक वापरण्याची पध्दत
लिंबूवर्गीय	खवडया	--	१० ग्रॅम	--	आळवणीसाठी
चवळी	बियाणावरील बुरशी	--	--	२.५ ग्रॅम	बीजप्रक्रिया
	पानावरील ठिपके	--	१० ते २० ग्रॅम	--	फवारणीसाठी
आंबा	करपा	--	२० ग्रॅम	--	फवारणीसाठी
गुलाब	काळे ठिपके	--	६.६ ग्रॅम	--	फवारणीसाठी
सूर्यफुल	मर	--	३० ग्रॅम	--	झाडास आळवणीसाठी.
	बियाणातील बुरशी	--	३ ग्रॅम	--	बीजप्रक्रिया
करडई	मर	२.२ कि/हे	--	--	मातीत मिसळण्यासाठी (पेरणी करतांना)
	तांबेरा	--	--	१ ग्रॅम	बीजप्रक्रिया
सोयाबीन	पानावरील ठिपके	--	६.६ ग्रॅम	--	फवारणीसाठी
बिटरटॅनोल २५% डब्ल्यू.पी.(Bitertanol 25%WP) ,आंतरप्रवाही					
भुईमुग	तांबेरा, टिक्का	१००० ग्रॅम+ ५०० लि.	--	--	(३०)/ फवारणीसाठी
गहू	दाणे पोखरणारी काणी (कर्नाल बंट)	२२४० ग्रॅम+ ७५० लि.	--	--	फवारणीसाठी

पीक	रोगाचे नांव	प्रती हेक्टरसाठी बुरशीनाशकाचे प्रमाण (ग्रॅम/मि.ली./%) +पाणी (लिटर)	प्रती १० लि. पाण्यासाठी बुरशीनाशकाचे प्रमाण	प्रती कि.बियाणे बिजप्रक्रियेसाठी बुरशीनाशकाचे प्रमाण	फवारणीनंतर पीक काढणीसाठीचा कालावधी (दिवस) / बुरशीनाशक वापरण्याची पध्दत
कॅप्टान ५०% डब्ल्यू.पी.(Captan 50% WP),स्पर्शजन्य					
द्राक्ष	केवडा	२५०० ग्रॅम+ ७५० लि.	--	--	फवारणीसाठी
बटाटा	लवकर व उशिरा येणारा करपा	२५०० ग्रॅम+ ७५० लि.	--	--	फवारणीसाठी
	बुरशीजन्य कुज	--	२० ग्रॅम	--	लागवडीपुर्वी कंद बुडवुन ठेवणे
टोमॅटो	लवकर व उशिरा येणारा करपा	२५०० ग्रॅम+ ७५० लि.	--	--	फवारणीसाठी
केळी	पानावरील ठिपके	--	२० ग्रॅम	--	फवारणीसाठी
घेवडा	रोप कोलमडणे	१० ते १२ कि. प्रति हे.	--	--	विस्कटून टाकण्यासाठी
	करपा	--	३० ग्रॅम		फवारणीसाठी
गाजर	कमी उगवणूक	--	--	३ ग्रॅम	बीजप्रक्रिया
लिंबू	पानावरील ठिपके	--	६० ग्रॅम	--	फवारणीसाठी
नारळ	पानावरील ठिपके	--	२० ग्रॅम	--	पूर्व तयारी म्हणून रोपवाटिकेत एका फवारणीसाठी.
कापूस	रोप अवस्थेतील रोग	--	--	२ ग्रॅम	बीजप्रक्रिया
	करपा	--	--	--	फवारणीसाठी

पीक	रोगाचे नांव	प्रती हेक्टरसाठी बुरशीनाशकाचे प्रमाण (ग्रॅम/मि.ली./%) +पाणी (लिटर)	प्रती १० लि. पाण्यासाठी बुरशीनाशकाचे प्रमाण	प्रती कि.बियाणे बिजप्रक्रियेसाठी बुरशीनाशकाचे प्रमाण	फवारणीनंतर पीक काढणीसाठीचा कालावधी (दिवस) / बुरशीनाशक वापरण्याची पध्दत
अंजीर	पानावरील ठिपके	--	२० ग्रॅम	--	फवारणीसाठी
भुईमुग	रोपकुज	--		२.५ ते ३ ग्रॅम	बीजप्रक्रिया
आंबा	पानावरील ठिपके, करपा	--	२० ते २५ ग्रॅम	--	फवारणीसाठी
कांदा	काणी	२५ ते ३० कि/हे	--	--	सरीमधून टाकण्यासाठी
पपई	पानावरील ठिपके, करपा	--	--	--	फवारणीसाठी
मसूर	कमी उगवणूक	--	--	२ ते ३ ग्रॅम	बीजप्रक्रिया
मका	बीकुज, करपा	--	--	२.५ ग्रॅम	बीजप्रक्रिया
ताग	करपा, कुज	--	--	५ ते ६ ग्रॅम	बीजप्रक्रिया
वाटाणा	रोप कोलमडणे, करपा	--	--	२.५ ग्रॅम	बीजप्रक्रिया
बाजरी	करपा	--	--	२.५ ग्रॅम	बीजप्रक्रिया
तूर	पानावरील ठिपके	--	२० ग्रॅम	--	फवारणीसाठी
तीळ	मुळ कुज	--	--	३ ग्रॅम	बीजप्रक्रिया
ज्वारी	बुरशीजन्य पानावरील ठिपके	--	--	२ ग्रॅम	बीजप्रक्रिया
सोयाबीन	कमी उगवणूक	--	--	४ ग्रॅम	बीजप्रक्रिया

पीक	रोगाचे नांव	प्रती हेक्टरसाठी बुरशीनाशकाचे प्रमाण (ग्रॅम/मि.ली./%) + पाणी (लिटर)	प्रती १० लि. पाण्यासाठी बुरशीनाशकाचे प्रमाण	प्रतीकि.बियाणे बिजप्रक्रियेसाठी बुरशीनाशकाचे प्रमाण	फवारणीनंतर पीक काढणीसाठीचा कालावधी (दिवस) / बुरशीनाशक वापरण्याची पध्दत
कॅप्टान ७५% डब्ल्यू.पी. (Captan 75% WP), स्पर्शजन्य					
द्राक्ष	केवडा	१६६७ ग्रॅम+ १००० लि.	--	--	(८)/ फवारणीसाठी
कोबी, फुलकोबी, टोमॅटो, वांगी, मिरची, घेवडा (बागेतील रोपे)	रोपे कोलमडणे	२५०० ग्रॅम+ १००० लि.	--	--	(रोपवाटिकेत मातीत आळवणीसाठी)
वांगी	फळकूज	--	२० ग्रॅम	--	फवारणीसाठी
बटाटा	लवकर व उशिरा येणारा करपा	१६६७ ग्रॅम+ १००० लि.	--	--	(८)/ फवारणीसाठी
टोमॅटो	लवकर व उशिरा येणारा करपा	१६६७ ग्रॅम+ १००० लि.	--	--	(६)/ फवारणीसाठी
मिरची	करपा	१६६७ ग्रॅम+ १००० लि.	--	--	(८)/ फवारणीसाठी
	फळकुज	२००० ग्रॅम+ १००० लि.	--	--	(८)/ फवारणीसाठी
गुलाब	काळे ठिपके	१६६७ ग्रॅम+ १००० लि.	--	--	फवारणीसाठी
भात	पानावरील ठिपके	१००० ग्रॅम+ ७५० लि.	--	--	फवारणीसाठी
	कमी उगवणूक	--	--	२.५ ग्रॅम	बीजप्रक्रिया

पीक	रोगाचे नांव	प्रती हेक्टरसाठी बुरशीनाशकाचे प्रमाण (ग्रॅम/मि.ली./%) + पाणी (लिटर)	प्रती १० लि. पाण्यासाठी बुरशीनाशकाचे प्रमाण	प्रतीकि.बियाणे बिजप्रक्रियेसाठी बुरशीनाशकाचे प्रमाण	फवारणीनंतर पीक काढणीसाठीचा कालावधी (दिवस) / बुरशीनाशक वापरण्याची पध्दत
कॅप्टान ७५% डब्ल्यू.एस. (Captan 75%WS), स्पर्शजन्य					
मिरची	रोपे कोलमडणे	--	--	२० ते ३० ग्रॅम	बीजप्रक्रिया
कोबी	रोपे कोलमडणे	--	--	२० ते ३० ग्रॅम	बीजप्रक्रिया
टोमॅटो	रोपे कोलमडणे	--	--	२० ते ३० ग्रॅम	बीजप्रक्रिया
तंबाखू	रोपे कोलमडणे	--	--	२० ते ३० ग्रॅम	बीजप्रक्रिया
कार्बेनडॅझिम ५०% डब्ल्यू.पी. (Carbendazim 50%WP),आंतरप्रवाही					
भात	करपा	२५० ते ५०० ग्रॅम +७५० लि.	--	--	फवारणीसाठी
	कडा करपा, उदबत्या	--	--	२ ग्रॅम	बीजप्रक्रिया
गहू	मोकळी काणी,पानावरील ठिपके, करपा	--	--	२ ग्रॅम	बीजप्रक्रिया
बार्ली	मोकळी काणी	--	--	२ ग्रॅम	बीजप्रक्रिया
कापूस	पानावरील ठिपके	२५० ग्रॅम +७५०लि.	--	--	फवारणीसाठी
ताग	मुळकुज, खोडकुज,रोपामधील करपा	--	--	२ ग्रॅम	बीजप्रक्रिया
भुईमुग	टिक्का	२२५ ग्रॅम+७५० लि.	--	--	फवारणीसाठी
	खोडकूज		--	२ ते २.५ ग्रॅम	बीजप्रक्रिया
बीट	पानावरील ठिपके	२०० ग्रॅम+४०० लि.	--	--	फवारणीसाठी
	भूरी	२०० ग्रॅम+४०० लि.	--	--	फवारणीसाठी
वाटाणा	भूरी	२५० ग्रॅम + ६०० लि.	--	--	फवारणीसाठी
घेवडा / डाळवर्गीय	भूरी	३५० ग्रॅम +७५० लि.	--	--	फवारणीसाठी

पीक	रोगाचे नांव	प्रती हेक्टरसाठी बुरशीनाशकाचे प्रमाण (ग्रॅम/मि.ली./%) + पाणी (लिटर)	प्रती १० लि. पाण्यासाठी बुरशीनाशकाचे प्रमाण	प्रतीकि.बियाणे बिजप्रक्रियेसाठी बुरशीनाशकाचे प्रमाण	फवारणीनंतर पीक काढणीसाठीचा कालावधी (दिवस) / बुरशीनाशक वापरण्याची पध्दत
कारली वर्गीय	भूरी बुरशीजन्य करपा	३०० ग्रॅम + ६०० लि.	--	--	फवारणीसाठी
वांगी	पानावरील ठिपके, फळकुज	३०० ग्रॅम + ६०० लि.	--	--	फवारणीसाठी
द्राक्ष	करपा	३०० ग्रॅम + ६०० लि.	--	--	फवारणीसाठी
गुलाब	भूरी,	--	५ ग्रॅम	--	फवारणीसाठी
बोर	भूरी	--	१० ग्रॅम	--	फवारणीसाठी
केळी	फळकूज	--	१० ग्रॅम	--	फवारणीसाठी
बोर	भूरी	--	५ ते १० ग्रॅम लि.	--	फवारणीसाठी
घोसाळे	पानावरील ठिपके	--	१० ग्रॅम	--	फवारणीसाठी
हरभरा	निळसर हिरवी बुरशी, पानावरील ठिपके	--		२ ते २.५ ग्रॅम	बीजप्रक्रिया
		--	१० ते २० ग्रॅम	--	फवारणीसाठी
अंजीर	पानावरील ठिपके	--	१० ग्रॅम	--	फवारणीसाठी
राजमा	पानावरील ठिपके	--	--	२ ते २.५ ग्रॅम	बीजप्रक्रिया
आले	पानावरील ठिपके	--	१० ते २० ग्रॅम	--	फवारणीसाठी
मका	बीयाणामधील बुरशी	--	--	२.५ ग्रॅम	बीजप्रक्रिया

पीक	रोगाचे नांव	प्रती हेक्टरसाठी बुरशीनाशकाचे प्रमाण (ग्रॅम/मि.ली./%) + पाणी (लिटर)	प्रती १० लि. पाण्यासाठी बुरशीनाशकाचे प्रमाण	प्रतीकि.बियाणे बिजप्रक्रियेसाठी बुरशीनाशकाचे प्रमाण	फवारणीनंतर पीक काढणीसाठीचा कालावधी (दिवस) / बुरशीनाशक वापरण्याची पध्दत
तूती	पानावरील ठिपके	--	६.६ ग्रॅम	----	फवारणीसाठी
मूग	करपा	--	६.६ ग्रॅम	--	फवारणीसाठी
खरबूज	भूरी	--	१० ग्रॅम	--	फवारणीसाठी
भेंडी	पानावरील ठिपके, करपा	--	१० ग्रॅम	--	फवारणीसाठी
कांदा	पाती पिळणे, करपा	--	--	२ ग्रॅम	बीजप्रक्रिया
तूर	पानावरील ठिपके, करपा	--	--	२.५ ते ५ ग्रॅम	बीजप्रक्रिया
ज्वारी	पानावरील ठिपके	--	--	२ ग्रॅम	बीजप्रक्रिया
ऊस	लालकूज	--	२५ ग्रॅम	--	बेणे द्रावणात १ तासासाठी बुडवावे
कारबोक्झीन ७५% डब्ल्यू.पी. (Carboxin 75%WP),आंतरप्रवाही					
गहू	काणी, मोकळी काणी	--	--	२ ते २.५ ग्रॅम	बीजप्रक्रिया
बार्ली	काणी, मोकळी काणी	--	--	२ ते २.५ ग्रॅम	बीजप्रक्रिया
कापूस	कोनीय ठिपके	--	--	२ ते २.५ ग्रॅम	बीजप्रक्रिया
	रोप अवस्थेतील रोग	--	--	१.५ ग्रॅम	बीजप्रक्रिया
	बुरशीजन्य करपा	--	--	१ ग्रॅम	बीजप्रक्रिया

पीक	रोगाचे नांव	प्रती हेक्टरसाठी बुरशीनाशकाचे प्रमाण (ग्रॅम/मि.ली./%) + पाणी (लिटर)	प्रती १० लि. पाण्यासाठी बुरशीनाशकाचे प्रमाण	प्रतीकि.बियाणे बिजप्रक्रियेसाठी बुरशीनाशकाचे प्रमाण	फवारणीनंतर पीक काढणीसाठीचा कालावधी (दिवस) / बुरशीनाशक वापरण्याची पध्दत
ऊस	चाबूक काणी	--	५० ग्रॅम	--	१० मिनीटांसाठी बेणे बुडवून ठेवावे
राजमा	पानावरील बुरशीजन्य ठिपके	--	--	२ ग्रॅम	बीजप्रक्रिया
भुईमुग	खोडकुज	--	--	२ ते २.५ ग्रॅम	बीजप्रक्रिया
तूर	पानावरील बुरशीजन्य ठिपके	--	२० ग्रॅम	--	फवारणीसाठी
कॉपर ऑक्सीक्लोराईड ५०% डब्ल्यू.जी. (Copper Oxychloride 50% WG),स्पर्शजन्य					
द्राक्ष	केवडा	--	२४ ग्रॅम प्रति	--	(३०)/ फवारणीसाठी
आंबा	बुरशीजन्य ठिपके/करपा	--	२४ ग्रॅम प्रति	--	(१०)/ फवारणीसाठी
कॉपर ऑक्सीक्लोराईड ५०% डब्ल्यू.पी. (Copper oxy chloride 50% WP),स्पर्शजन्य					
लिंबू	पानावरील ठिपके, खैरा,जीवाणुजन्य काळसर ठिपके	२५०० ग्रॅम + ७५० लि.	--	--	फवारणीसाठी
वेलची	राई कुज	३७५० ग्रॅम + ७५० लि.	--	--	फवारणीसाठी
	पानावरील ठिपके	२५०० ग्रॅम + ७५० लि.	--	--	फवारणीसाठी
मिरची	पानावरील ठिपके, फळकूज	२५०० ग्रॅम + ७५० लि.	--	--	फवारणीसाठी

पीक	रोगाचे नांव	प्रती हेक्टरसाठी बुरशीनाशकाचे प्रमाण (ग्रॅम/मि.ली./%) +पाणी (लिटर)	प्रती १० लि. पाण्यासाठी बुरशीनाशकाचे प्रमाण	प्रतीकि.बियाणे बिजप्रक्रियेसाठी बुरशीनाशकाचे प्रमाण	फवारणीनंतर पीक काढणीसाठीचा कालावधी (दिवस) / बुरशीनाशक वापरण्याची पध्दत
विडयाचे पान	पानावरील ठिपके, खोडकूज	२५०० ग्रॅम +७५० लि.	--	--	फवारणीसाठी
केळी	फळकूज, पानावरील ठिपके	२५०० ग्रॅम +७५० लि.	--	--	फवारणीसाठी
कॉफी	काळी कूज, तांबेरा	३७५० ग्रॅम +७५० लि.	--	--	फवारणीसाठी
बटाटा	लवकर व उशिरा येणारा करपा,	२५०० ग्रॅम +७५० लि.	--	--	फवारणीसाठी
	कुज	--	२० ग्रॅम	--	आळवणीसाठी
तंबाखू	केवडा,बेडकाच्या डोळयासारखे ठिपके	२५०० ग्रॅम +७५० लि.		--	फवारणीसाठी
	खोडकूज	--	२० ग्रॅम	--	आळवणीसाठी
टोमॅटो	करपा / पानावरील ठिपके	२५०० ग्रॅम +७५० लि.	--	--	फवारणीसाठी
द्राक्ष	केवडा	२५०० ग्रॅम + ७५० लि.	--	--	फवारणीसाठी
नारळ	कोंबकूज	२५०० ग्रॅम + ७५० लि.	--	--	फवारणीसाठी
घेवडा	तांबेरा	--	४५ ग्रॅम	--	फवारणीसाठी
शेवंती	मर	--	६० ग्रॅम	--	आळवणीसाठी
कापूस	कैरी कूज, जिवाणूजन्य करपा, बुरशीजन्य करपा	--	२० ग्रॅम	--	फवारणीसाठी
कोबी, फुलकोबी, नोलकोल	पांढरा तांबेरा / पुरळ	--	४० ग्रॅम	--	फवारणीसाठी

पीक	रोगाचे नांव	प्रती हेक्टरसाठी बुरशीनाशकाचे प्रमाण (ग्रॅम/मि.ली./%) + पाणी (लिटर)	प्रती १० लि. पाण्यासाठी बुरशीनाशकाचे प्रमाण	प्रतीकि.बियाणे बिजप्रक्रियेसाठी बुरशीनाशकाचे प्रमाण	फवारणीनंतर पीक काढणीसाठीचा कालावधी (दिवस) / बुरशीनाशक वापरण्याची पध्दत
काकडी वर्गीय	केवडा बुरशी	--	४० ते ५० ग्रॅम	--	फवारणीसाठी
अंजीर	पानावरील ठिपके	--	१० ग्रॅम	--	फवारणीसाठी
आले	जीवाणुजन्य मर	--	३० ग्रॅम	--	लागवडीपूर्वी ३० मिनीटे कंद बुडवून घेण्यासाठी
भुईमुग	टिक्का	--	१५ ग्रॅम	--	फवारणीसाठी
मूग	पानांवरील बुरशीजन्य ठिपके	--	३० ग्रॅम	--	फवारणीसाठी
खरबुज, कलींगड	केवडा	--	३० ग्रॅम	--	फवारणीसाठी
मोहरी	पांढरी पुरळ, केवडा	--	३० ग्रॅम	--	फवारणीसाठी
कांदा	केवडा, बुरशीजन्य जांभळट करपा	--	५० ग्रॅम	--	फवारणीसाठी
तूर	पानांवरील, शेंगावरील ठिपके व करपा	--	२० ग्रॅम	--	फवारणीसाठी
डाळींब	फळकुज	--	३० ग्रॅम	--	फवारणीसाठी

पीक	रोगाचे नांव	प्रती हेक्टरसाठी बुरशीनाशकाचे प्रमाण (ग्रॅम/मि.ली./%) + पाणी (लिटर)	प्रती १० लि. पाण्यासाठी बुरशीनाशकाचे प्रमाण	प्रतीकि.बियाणे बिजप्रक्रियेसाठी बुरशीनाशकाचे प्रमाण	फवारणीनंतर पीक काढणीसाठीचा कालावधी (दिवस)/ बुरशीनाशक वापरण्याची पध्दत
भात	करपा	--	५० ग्रॅम	--	फवारणीसाठी
	फसवी काणी	--	२५ ग्रॅम	--	फवारणीसाठी
गुलाब	काळे ठिपके	--	८० ग्रॅम	--	फवारणीसाठी
रबर	पानगळ, शेंगकुज	--	२० ते ३० ग्रॅम	--	फवारणीसाठी
करडई	पानांवरील बुरशीजन्य ठिपके	--	१५ ग्रॅम	--	फवारणीसाठी
सोयाबीन	केवडा	--	१० ते २० ग्रॅम	--	फवारणीसाठी
	जिवाणूजन्य पुरळ	--	१० ते २० ग्रॅम+ स्ट्रेप्टोमायसीन (१.५ ग्रॅम)	--	फवारणीसाठी
बीट	बुरशीजन्य ठिपके	--	२० ग्रॅम	--	फवारणीसाठी
सुर्यफूल	बुरशीजन्य ठिपके	--	३० ग्रॅम	--	फवारणीसाठी
गहू	पानांवरील करपा	--	१० ग्रॅम	--	फवारणीसाठी
कॉपर हायड्रॉक्साईड ५३.८% डी.एफ.(Copper Hydroxide 53.8% DF),स्पर्शजन्य					
बटाटा	करपा	१५०० ग्रॅम+ ५०० लि.	--	--	(२२)/ फवारणीसाठी
द्राक्ष	केवडा	१००० ग्रॅम+ ५०० लि.	--	--	(१२)/ फवारणीसाठी
भात	फसवी काणी	१५०० ग्रॅम+ ५०० लि.	--	--	(१०)/ फवारणीसाठी
	पानांचा जीवाणूजन्य करपा	१५०० ग्रॅम+ ५०० लि.	--	--	(१०)/ फवारणीसाठी
मिरची	बुरशीजन्य करपा ठिपके	१५०० ग्रॅम + ५०० लि.	--	--	(२२)/ फवारणीसाठी

पीक	रोगाचे नांव	प्रती हेक्टरसाठी बुरशीनाशकाचे प्रमाण (ग्रॅम/मि.ली./%) + पाणी (लिटर)	प्रती १० लि. पाण्यासाठी बुरशीनाशकाचे प्रमाण	प्रतीकि.बियाणे बिजप्रक्रियेसाठी बुरशीनाशकाचे प्रमाण	फवारणीनंतर पीक काढणीसाठीचा कालावधी (दिवस) / बुरशीनाशक वापरण्याची पध्दत
कॉपर हायड्रॉक्साईड ७७% डब्ल्यू.पी. (Copper Hydroxide 77% WP),स्पर्शजन्य					
भात	फसवी काणी	२००० ग्रॅम + ७५० लि.	--	--	फवारणीसाठी
सायमोक्झानिल ५०% डब्ल्यू.पी. (Cymoxanil 50%WP),स्पर्शजन्य					
द्राक्ष	केवडा		२४ ग्रॅम	--	(१५)/ फवारणीसाठी
सायझाफामीड ३४.५% एस.सी. (Cyazafamid 34.5% SC) ,आंतरप्रवाही					
बटाटा	उशिरा येणारा करपा	२०० मि.ली. + ५०० लि.	--	--	(२७)/ फवारणीसाठी
टोमॅटो	उशिरा येणारा करपा	२०० मि.ली. + ५०० लि.	--	--	(३-४)/ फवारणीसाठी
डायफेनोकोनॅझोल ३% डब्ल्यू.एस. (Difenoconazole 3% WS),आंतरप्रवाही					
गहू	मोकळी काणी		--	२ ग्रॅम	बिजप्रक्रियेसाठी
डायफेनोकोनॅझोल२५% ई.सी. (Difenoconazole25% EC),आंतरप्रवाही					
भात	कडा करपा	--	५ मि.ली.	--	(२५)/ फवारणीसाठी
मिरची	मर, फळ कुज	--	५ मि.ली.	--	(१५)/ फवारणीसाठी
कांदा	बुरशीजन्य ठिपके, करपा	--	१० मि.ली.	--	(२०)/ फवारणीसाठी
डाळींब	फळकूज	--	१० मि.ली.	--	(७)/ फवारणीसाठी
डायमिथोमॉर्फ५०% डब्ल्यू.पी. (Dimethomorph 50%WP),आंतरप्रवाही					
द्राक्ष	केवडा	१००० ग्रॅम + ७५० लि.	--	--	(२५)/ फवारणीसाठी
बटाटा	उशिरा येणारा करपा	१००० ग्रॅम + ७५० लि.	--	--	(१६)/ फवारणीसाठी

पीक	रोगाचे नांव	प्रती हेक्टरसाठी बुरशीनाशकाचे प्रमाण (ग्रॅम/मि.ली./%) + पाणी (लिटर)	प्रती १० लि. पाण्यासाठी बुरशीनाशकाचे प्रमाण	प्रतीकि.बियाणे बिजप्रक्रियेसाठी बुरशीनाशकाचे प्रमाण	फवारणीनंतर पीक काढणीसाठीचा कालावधी (दिवस) / बुरशीनाशक वापरण्याची पध्दत
डिनोकॅप ४८% ई.सी. (Dinocap 48% EC), स्पर्शजन्य					
आंबा	भूरी	--	५ मि.ली.	--	फवारणीसाठी
गुलाब	भूरी	--	२ मि.ली.	--	फवारणीसाठी
बोर	भुरी	--	१० मि.ली.	--	फवारणीसाठी
भेंडी	भुरी	--	२.२५ ते ३ मि.ली.	--	फवारणीसाठी
वांगी	पानावरील ठिपके	--	२.२५ ते ३ मि.ली.	--	फवारणीसाठी
मिरची	भुरी	--	२.२५ ते ३ मि.ली.	--	फवारणीसाठी
कोबीवर्गीय	भुरी	--	२.२५ ते ३ मि.ली.	--	फवारणीसाठी
मेथी	भुरी	--	६.६ मि.ली.	--	फवारणीसाठी
द्राक्ष	भुरी	--	२.५ मि.ली.	--	फवारणीसाठी
गवार	भुरी	--	१० मि.ली.	--	फवारणीसाठी
मूग	भुरी	--	२० मि.ली.	--	फवारणीसाठी
वाटाणा	भुरी	--	६.६ मि.ली.	--	फवारणीसाठी
गुलाब	भुरी	--	२ ते ३ मि.ली.	--	फवारणीसाठी

पीक	रोगाचे नांव	प्रती हेक्टरसाठी बुरशीनाशकाचे प्रमाण (ग्रॅम/मि.ली./%) + पाणी (लिटर)	प्रती १० लि. पाण्यासाठी बुरशीनाशकाचे प्रमाण	प्रतीकि.बियाणे बिजप्रक्रियेसाठी बुरशीनाशकाचे प्रमाण	फवारणीनंतर पीक काढणीसाठीचा कालावधी (दिवस) / बुरशीनाशक वापरण्याची पध्दत
गहू	भुरी	--	३ मि.ली.	--	--
इडीफेनफॉस ५०% ई.सी. (Ediphenphos 50% EC),आंतरप्रवाही					
भात	करपा पानावरील विटकरी ठिपके	५०० मि.ली. +७५० लि.	--	--	(२१)/ फवारणीसाठी
फ्ल्युसिलाझोल ४०% ई.सी. (Flusilazole 40% EC),आंतरप्रवाही					
भात	कडा करपा	३०० मि.ली. + ५०० लि.	--	--	(२४)/ फवारणीसाठी
मिरची	भूरी	१०० मि.ली. + ५०० लि.	--	--	(५)/ फवारणीसाठी
फोसेटाईल – ए.एल.८०% डब्ल्यू.पी. (Fosetyl-AL 80% WP),आंतरप्रवाही					
द्राक्ष	केवडा	१४०० ग्रॅम +७५० लि.	--	--	(३०)/ फवारणीसाठी
वेलची	रोपे कोलमडणे	२२५० ग्रॅम + ७५० लि.	--	--	(९०)/ फवारणीसाठी
हेक्झाकोनॅझोल–२% एस.सी. (Hexaconazole2%SC),आंतरप्रवाही					
मिरची	भूरी , फळकुज	३००० मि.ली. + ५०० लि.	--	--	(७)/ फवारणीसाठी
बटाटा	लवकर व उशिरा येणारा करपा	३००० मि.ली. + ५०० लि.	--	--	(२१)/ फवारणीसाठी
द्राक्ष	भूरी	१५०० मि.ली. + ५०० लि.	--	--	(१४)/ फवारणीसाठी

पीक	रोगाचे नांव	प्रती हेक्टरसाठी बुरशीनाशकाचे प्रमाण (ग्रॅम/मि.ली./%) + पाणी (लिटर)	प्रती १० लि. पाण्यासाठी बुरशीनाशकाचे प्रमाण	प्रतीकि.बियाणे बिजप्रक्रियेसाठी बुरशीनाशकाचे प्रमाण	फवारणीनंतर पीक काढणीसाठीचा कालावधी (दिवस) / बुरशीनाशक वापरण्याची पध्दत
हेक्झाकोनॅझोल–५% ई.सी. (Hexaconazole 5% EC), आंतरप्रवाही					
सफरचंद	स्कॅब	--	५ मि.ली.	--	(३०)/ फवारणीसाठी
भात	करपा, कडा करपा	१००० मि.ली. + ५०० लि.	--	--	(४०)/ फवारणीसाठी
भुईमुग	टिक्का पानावरील ठिपके	१५०० मि.ली. + ५०० लि.	--	--	(३०)/ फवारणीसाठी
आंबा	भूरी	--	१० मि.ली.	--	(३०)/ फवारणीसाठी
सोयाबीन	तांबेरा	--	१० मि.ली.	--	(३०)/ फवारणीसाठी
द्राक्ष	भूरी	५०० मि.ली. + ५०० लि.	--	--	(१४)/ फवारणीसाठी
हेक्झाकोनॅझोल–५% एस.सी. (Hexaconazole 5 % SC),आंतरप्रवाही					
आंबा	भूरी	--	२० मि.ली.	--	(२७)/ फवारणीसाठी
भात	कडा करपा	--	२० मि.ली.	--	(४०)/ फवारणीसाठी
द्राक्ष	भूरी	५०० मि.ली. + ५०० लि.	--	--	(१४)/ फवारणीसाठी
इप्रोडिऑन–५०% डब्ल्यू.पी.(Iprodione 50% WP),स्पर्शजन्य					
भात	कडा करपा	२२५० ग्रॅम + ७५० लि.	--	--	(३५)/ फवारणीसाठी
टोमॅटो	करपा, ठिपके	१५०० ग्रॅम + ५०० लि.	--	--	(१५)/ फवारणीसाठी
आयसोप्रोथीओलॅन ४०% ई.सी. (Isoprothiolan 40% EC),आंतरप्रवाही					
भात	करपा (ब्लास्ट)	७५० मि.ली. + ५०० लि.	--	--	(६०)/ फवारणीसाठी

पीक	रोगाचे नांव	प्रती हेक्टरसाठी बुरशीनाशकाचे प्रमाण (ग्रॅम/मि.ली./%) + पाणी (लिटर)	प्रती १० लि. पाण्यासाठी बुरशीनाशकाचे प्रमाण	प्रतीकि.बियाणे बिजप्रक्रियेसाठी बुरशीनाशकाचे प्रमाण	फवारणीनंतर पीक काढणीसाठीचा कालावधी (दिवस) / बुरशीनाशक वापरण्याची पध्दत
क्लोरोथॅलोनिल ७५% डब्ल्यू.पी. (Chlorothalonil 75% WP),स्पर्शजन्य					
भुईमुग	टिक्का	--	०८ ते २० ग्रॅम	--	(१४)/ फवारणीसाठी
	तांबेरा	--	०८ ते २० ग्रॅम	--	(१४)/ फवारणीसाठी
बटाटा	लवकर व उशिरा येणारा करपा	--	०८ ते २० ग्रॅम	--	(१४)/ फवारणीसाठी
काकडी वर्गीय, खरबूज	केवडा	१७०० ते २७०० ग्रॅम + ५०० लि.	१० ग्रॅम	--	(१४)/ फवारणीसाठी
कांदा	जांभळट चट्टे	--	१० ग्रॅम	--	(१४)/ फवारणीसाठी
कॅसुग्यामायसिन–३% एस.एल.(Kasugamycin 3% SL),आंतरप्रवाही					
भात	करपा (ब्लास्ट)	१००० ते १५०० मि.ली. + १००० लि.	--	--	(३०)/ फवारणीसाठी
किटॅझीन–४८% ई.सी. (Kitazin 48% EC),आंतरप्रवाही					
भात	करपा (ब्लास्ट) कडा करपा	--	२० मि.ली.	--	(१५)/ फवारणीसाठी
मिरची	फळकूज, अचानक मर	--	२० मि.ली.	--	(३)/ फवारणीसाठी
टोमॅटो	लवकर येणारा करपा	--	२० मि.ली.	--	(५)/ फवारणीसाठी
बटाटा	लवकर येणारा करपा	--	२० मि.ली.	--	(४८)/ फवारणीसाठी
कांदा	जांभळट ठिपके / व्रण	--	२० मि.ली.	--	(६३)/ फवारणीसाठी

पीक	रोगाचे नांव	प्रती हेक्टरसाठी बुरशीनाशकाचे प्रमाण (ग्रॅम/मि.ली./%) + पाणी (लिटर)	प्रती १० लि. पाण्यासाठी बुरशीनाशकाचे प्रमाण	प्रतीकि.बियाणे बिजप्रक्रियेसाठी बुरशीनाशकाचे प्रमाण	फवारणीनंतर पीक काढणीसाठीचा कालावधी (दिवस) / बुरशीनाशक वापरण्याची पध्दत
डाळींब	बुरशीजन्य ठिपके, कुज	--	२० मि.ली.	--	(१०)/ फवारणीसाठी
द्राक्ष	बुरशीजन्य ठिपके, कुज	--	२० मि.ली.	--	(१५)/ फवारणीसाठी
क्रिसोक्झाईम मिथल–४४.३% एस.सी. (Kresoxim-methyl 44.3% SC),आंतरप्रवाही					
भात	करपा (ब्लास्ट) कडा करपा	५०० मि.ली. + ५०० लि.	--	--	(३०)/ फवारणीसाठी
मॅन्कोझेब–३५% एस.सी. (Mancozeb 35%SC),स्पर्शजन्य					
टोमॅटो	लवकर व उशिरा येणारा करपा	--	५० ग्रॅम	--	(१०)/ फवारणीसाठी
मॅन्कोझेब–७५% डब्ल्यू.जी. (Mancozeb 75% WG),स्पर्शजन्य					
टोमॅटो	लवकर येणारा करपा	१००० ग्रॅम +५०० लि.	--	--	(५-६)/ फवारणीसाठी
मॅन्कोझेब–७५% डब्ल्यू.पी.(Mancozeb 75%WP),स्पर्शजन्य					
गहू	तांबूस व काळा तांबेरा, करपा	१५०० ते २००० ग्रॅम + ७५० लि.	--	--	फवारणीसाठी
मका	करपा, केवडा	१५०० ते २००० ग्रॅम + ७५० लि.	--	--	फवारणीसाठी
भात	करपा (ब्लास्ट)	१५०० ते २००० ग्रॅम + ७५० लि.	--	--	फवारणीसाठी
ज्वारी	पानावरील ठिपके	१५०० ते २००० ग्रॅम + ७५० लि.	--	--	फवारणीसाठी

पीक	रोगाचे नांव	प्रती हेक्टरसाठी बुरशीनाशकाचे प्रमाण (ग्रॅम/मि.ली./%) + पाणी (लिटर)	प्रती १० लि. पाण्यासाठी बुरशीनाशकाचे प्रमाण	प्रतीकि.बियाणे बिजप्रक्रियेसाठी बुरशीनाशकाचे प्रमाण	फवारणीनंतर पीक काढणीसाठीचा कालावधी (दिवस) / बुरशीनाशक वापरण्याची पध्दत
बटाटा	लवकर व उशिरा येणारा करपा	१५०० ते २००० ग्रॅम + ७५० लि.	--	--	फवारणीसाठी
	मर	--	२० ग्रॅम	--	फवारणीसाठी
	काढणीपश्चात कंदकुज	--	२० ग्रॅम	--	फवारणीसाठी
टोमॅटो	उशिरा येणारा करपा पानावरील ठिपके, फळकुज	१५०० ते २००० ग्रॅम + ७५० लि.	--	--	फवारणीसाठी
मिरची	रोपे कोलमडणे	--	३० ग्रॅम	--	आळवणीसाठी
	पानावरील ठिपके, फळकुज, पक्व कूज	१५०० ते २००० ग्रॅम + ७५० लि.	--	--	फवारणीसाठी
कांदा	करपा,जांभळट चट्टे	१५०० ते २००० ग्रॅम + ७५० लि.	--	--	फवारणीसाठी
टॅपिओका	पानावरील ठिपके	१५०० ते २००० ग्रॅम + ७५० लि.	--	--	फवारणीसाठी
फुलकोबी, (फ्लॉवर)	खोडकूज	--	३० ग्रॅम	--	आळवणीसाठी
	पानावरील ठिपके	१५०० ते २००० ग्रॅम + ७५० लि.	--	--	फवारणीसाठी
भुईमुग	टिक्का, तांबेरा	१५०० ते २००० ग्रॅम + ७५० लि.	--	--	फवारणीसाठी
	कुज, पानावरील ठिपके	--	--	२.५ ते ३ ग्रॅम	बीजप्रक्रिया

पीक	रोगाचे नांव	प्रती हेक्टरसाठी बुरशीनाशकाचे प्रमाण (ग्रॅम/मि.ली./%) + पाणी (लिटर)	प्रती १० लि. पाण्यासाठीबुरशीनाशकाचे प्रमाण	प्रतीकि.बियाणे बिजप्रक्रियेसाठी बुरशीनाशकाचे प्रमाण	फवारणीनंतर पीक काढणीसाठीचा कालावधी (दिवस) / बुरशीनाशक वापरण्याची पध्दत
द्राक्ष	पानावरील कोनिय ठिपके केवडा, बुरशीजन्य ठिपके	१५०० ते २००० ग्रॅम + ७५० लि.	--	--	फवारणीसाठी
पेरु	फळकूज	--	२० ग्रॅम	--	फवारणीसाठी
घेवडा	पानावरील बुरशीजन्य ठिपके, तांबेरा, केवडा	--	२० ग्रॅम	--	फवारणीसाठी
काकडी वर्गीय	पानावरील बुरशीजन्य ठिपके, केवडा, करपा	--	२० ग्रॅम	--	फवारणीसाठी
वांगी	पानावरील, फळावरील बुरशीजन्य ठिपके	--	२० ग्रॅम	--	फवारणीसाठी
आले	पानावरील ठिपके	--	२५ ग्रॅम	--	फवारणीसाठी
ताग	पानावरील ठिपके, खोडकुज	--	१५ ते २० ग्रॅम	--	फवारणीसाठी
मसुर	तांबेरा	--	२५ ग्रॅम	--	फवारणीसाठी
खरबूज	केवडा	--	२० ग्रॅम	--	फवारणीसाठी
मूग	पानावरील ठिपके	--	२० ग्रॅम	--	फवारणीसाठी
मोहरी	करपा	--	२० ग्रॅम	--	फवारणीसाठी
संत्रा, मोसंबी	फळकूज	--	१० ग्रॅम	--	फवारणीसाठी
वाटाणा	केवडा	--	३० ग्रॅम	--	फवारणीसाठी
	तांबेरा	--	२० ग्रॅम	--	फवारणीसाठी
तूर	पानावरील ठिपके	--	२० ग्रॅम	--	फवारणीसाठी

पीक	रोगाचे नांव	प्रती हेक्टरसाठी बुरशीनाशकाचे प्रमाण (ग्रॅम/मि.ली./%) + पाणी (लिटर)	प्रती १० लि. पाण्यासाठी बुरशीनाशकाचे प्रमाण	प्रतीकि.बियाणे बिजप्रक्रियेसाठी बुरशीनाशकाचे प्रमाण	फवारणीनंतर पीक काढणीसाठीचा कालावधी (दिवस) / बुरशीनाशक वापरण्याची पध्दत
गुलाब	काळे व्रण	--	१५ ग्रॅम	--	फवारणीसाठी
करडई	तांबेरा	--	३० ग्रॅम	--	फवारणीसाठी
ज्वारी	पानावरील ठिपके	--	२० ग्रॅम	--	फवारणीसाठी
	अरगट	--	२० ग्रॅम	--	फवारणीसाठी
	तांबेरा	--	२० ग्रॅम	--	फवारणीसाठी
पालक	पानावरील ठिपके, करपा, केवडा, पांढरी पुरळ	--	२० ग्रॅम	--	फवारणीसाठी
बीट	केवडा	--	१२ ग्रॅम	--	फवारणीसाठी
	पानावरील ठिपके	--	२० ग्रॅम	--	फवारणीसाठी
सूर्यफुल	करपा	--	२० ग्रॅम	--	फवारणीसाठी
	तांबेरा	--	४ ग्रॅम	--	फवारणीसाठी
तंबाखू	पानावरील ठिपके	--	१० ते २० ग्रॅम	--	फवारणीसाठी
केळी	सिगारेटच्या टोकाप्रमाणे कूज, सिगाटोका पानावरील बुरशीजन्य ठिपके	१५०० ते २००० ग्रॅम+ १००० लि.	--	--	फवारणीसाठी
जिरे	करपा	१५०० ते २००० ग्रॅम+ ५०० लि.	--	--	फवारणीसाठी

पीक	रोगाचे नांव	प्रती हेक्टरसाठी बुरशीनाशकाचे प्रमाण (ग्रॅम/मि.ली./%) + पाणी (लिटर)	प्रती १० लि. पाण्यासाठी बुरशीनाशकाचे प्रमाण	प्रतीकि.बियाणे बिजप्रक्रियेसाठी बुरशीनाशकाचे प्रमाण	फवारणीनंतर पीक काढणीसाठीचा कालावधी (दिवस) / बुरशीनाशक वापरण्याची पध्दत
मॅन्डीप्रोपॅमिड–२३.४% एस.सी. (Mandipropamid 23.4% SC),स्पर्शजन्य					
बटाटा	उशिरा येणारा करपा	--	८ मि.ली.	--	(४०)/ फवारणीसाठी
टोमॅटो	उशिरा येणारा करपा	--	८ मि.ली.	--	(५)/ फवारणीसाठी
मेटॅलॅक्झील एम–३१.८% ई.एस. (Metalaxyl-M 31.8% ES),आंतरप्रवाही					
मका	केवडा		--	२.४ मि.ली.	बीजप्रक्रिया
मोहरी	केवडा, पांढरी पुरळ	--	--	३.५ मि.ली.	बीजप्रक्रिया
मिरची	रोपे कोलमडणे	--	--	२.० मि.ली.	बीजप्रक्रिया
टोमॅटो	रोपे कोलमडणे	--	--	२.० मि.ली.	बीजप्रक्रिया
बाजरी	केवडा	--	--	२.० मि.ली.	बीजप्रक्रिया
ज्वारी	केवडा	--	--	२.० मि.ली.	बीजप्रक्रिया
सुर्यफुल	केवडा	--	--	२.० मि.ली.	बीजप्रक्रिया
मेटॅलॅक्झील –३५% डब्ल्यू.एस. (Metalaxyl 35%WS),आंतरप्रवाही					
मका	केवडा	--	--	७ ग्रॅम	बीजप्रक्रिया
बाजरी	केवडा	--	--	६ ग्रॅम	बीजप्रक्रिया
		--	१.२ ते २.५ ग्रॅम		फवारणीसाठी
ज्वारी	केवडा	--	--	६ ग्रॅम	बीजप्रक्रिया
सुर्यफुल	केवडा	--	--	६ ग्रॅम	बीजप्रक्रिया
		--	६.६ ते १३ ग्रॅम	--	फवारणीसाठी

पीक	रोगाचे नांव	प्रती हेक्टरसाठी बुरशीनाशकाचे प्रमाण (ग्रॅम/मि.ली./%) + पाणी (लिटर)	प्रती १० लि. पाण्यासाठी बुरशीनाशकाचे प्रमाण	प्रतीकि.बियाणे बिजप्रक्रियेसाठी बुरशीनाशकाचे प्रमाण	फवारणीनंतर पीक काढणीसाठीचा कालावधी (दिवस) / बुरशीनाशक वापरण्याची पध्दत
बटाटा	करपा	१.१ कि./हे	--		लागवडीच्यावेळी सरीमध्ये टाकण्यासाठी
बीट	रोप कोलमडने	--	--	०.५ ग्रॅम	बीजप्रक्रिया
ऊस	केवडा	--	२० ग्रॅम	--	बेणे बुडविण्यासाठी
पालक	पांढरी पुरळ	--	३ ग्रॅम	--	फवारणीसाठी
	केवडा	--	१.५ ग्रॅम	--	फवारणीसाठी
टोमॅटो	करपा	--	६.६ ग्रॅम	--	फवारणीसाठी
हळद	कंदकूज	--	२५ ग्रॅम	--	बेणे बुडविण्यासाठी
कापूस	रोप कोलमडणे	--	--	३ ते ५ ग्रॅम	बीजप्रक्रिया
काकडी	केवडा	--	२.५ ते ५ ग्रॅम	--	फवारणीसाठी
	रोप कोलमडणे	--	१ ते २ ग्रॅम	--	आळवणीसाठी
द्राक्ष	केवडा	--	२.५ ते ५ ग्रॅम	--	फवारणीसाठी
वाटाणा	केवडा	--		३ ग्रॅम	बीजप्रक्रिया
		--	२.५ ते ५ ग्रॅम		फवारणीसाठी
	रोप कोलमडणे	--	--	३ ग्रॅम	बीजप्रक्रिया

पीक	रोगाचे नांव	प्रती हेक्टरसाठी बुरशीनाशकाचे प्रमाण (ग्रॅम/मि.ली./%) + पाणी (लिटर)	प्रती १० लि. पाण्यासाठी बुरशीनाशकाचे प्रमाण	प्रतीकि.बियाणे बिजप्रक्रियेसाठी बुरशीनाशकाचे प्रमाण	फवारणीनंतर पीक काढणीसाठीचा कालावधी (दिवस) / बुरशीनाशक वापरण्याची पध्दत
मोहरी	पांढरी पुरळ	--	--	६ ग्रॅम	बीजप्रक्रिया
मेटीरॅम –७०% डब्ल्यू.जी. (Metiram70%WG),स्पर्शजन्य					
टोमॅटो	बुरशीजन्य ठिपके व करपा	२५०० ग्रॅम + ५०० लि.	--	--	(६)/ फवारणीसाठी
भुईमुग	टिक्का गोलाकार ठिपके	२००० ग्रॅम + ५०० लि.	--	--	(१६)/ फवारणीसाठी
मायक्लोबुटॅनिल –१०% डब्ल्यू.पी. (Myclobutanil 10% WP),आंतरप्रवाही					
द्राक्ष	भूरी	--	४ ग्रॅम	--	(१५)/ फवारणीसाठी
मिरची	भूरी, मर, पानावरील ठिपके	--	४ ग्रॅम	--	(०३)/ फवारणीसाठी
पेनकोनॅझोल –१०% ई.सी. (Penconazole 10% EC),आंतरप्रवाही					
द्राक्ष	भूरी	--	५ मि.ली.	--	(३०)/ फवारणीसाठी
आंबा	भूरी	--	५ मि.ली.	--	(३०)/ फवारणीसाठी
डाळवर्गीय, उडीद, मूग	भूरी	--	५ मि.ली.	--	(३०)/ फवारणीसाठी
पीकोझीस्टोबीन –२२.५२% एस.सी. (Picoxystobin 22.52% w/w SC),आंतरप्रवाही					
भात	करपा (ब्लास्ट)	६०० मि.ली. + ५०० लि.	--	--	(१२)/ फवारणीसाठी

पीक	रोगाचे नांव	प्रती हेक्टरसाठी बुरशीनाशकाचे प्रमाण (ग्रॅम/मि.ली./%) + पाणी (लिटर)	प्रती १० लि. पाण्यासाठी बुरशीनाशकाचे प्रमाण	प्रतीकि.बियाणे बिजप्रक्रियेसाठी बुरशीनाशकाचे प्रमाण	फवारणीनंतर पीक काढणीसाठीचा कालावधी (दिवस) / बुरशीनाशक वापरण्याची पध्दत
प्रोपीकोनॅझोल –२५% ई.सी. (Propiconazole 25% EC),आंतरप्रवाही					
गहू	नारंगी /पानावरील तांबेरा	५०० ग्रॅम + ७५० लि.	--	--	(३०)/ फवारणीसाठी
	काळा/काडीवरील तांबेरा	५०० ग्रॅम + ७५० लि.	--	--	(३०)/ फवारणीसाठी
	पिवळा/पटीचा तांबेरा	५०० ग्रॅम + ७५० लि.	--	--	(३०)/ फवारणीसाठी
भात	कडा करपा	५०० ग्रॅम + ७५० लि.	--	--	(३०)/ फवारणीसाठी
भुईमुग	पानावरील ठिपके	५०० ग्रॅम + ७५० लि.	--	--	(१५)/ फवारणीसाठी
	तांबेरा	५०० ग्रॅम + ७५० लि.	--	--	(१५)/ फवारणीसाठी
सोयाबीन	तांबेरा	५०० ग्रॅम + ५०० लि.	--	--	(२६)/ फवारणीसाठी
प्रोपिनेब –७०% डब्ल्यू.पी. (Propineb 70%WP),स्पर्शजन्य					
डाळींब	पानावरील व फळावरील ठिपके	--	३० ग्रॅम	--	(१०)/ फवारणीसाठी
बटाटा	लवकर व उशिरा येणारा करपा	--	३० ग्रॅम	--	(१५)/ फवारणीसाठी
मिरची	अचानक मर	--	५० ग्रॅम	--	(१०)/ फवारणीसाठी
टोमॅटो	कुज	--	३० ग्रॅम	--	(१०)/ फवारणीसाठी

पीक	रोगाचे नांव	प्रती हेक्टरसाठी बुरशीनाशकाचे प्रमाण (ग्रॅम/मि.ली./%) + पाणी (लिटर)	प्रती १० लि. पाण्यासाठी बुरशीनाशकाचे प्रमाण	प्रतीकि.बियाणे बिजप्रक्रियेसाठी बुरशीनाशकाचे प्रमाण	फवारणीनंतर पीक काढणीसाठीचा कालावधी (दिवस) / बुरशीनाशक वापरण्याची पध्दत
पायरॅक्लोस्ट्रॉबीन–२०% डब्ल्यू.जी.(Pyraclostrobin 20% WG),आंतरप्रवाही					
टोमॅटो	लवकर येणारा करपा	३७५ ते ५०० ग्रॅम + ५०० लि.	--	--	(३)/ फवारणीसाठी
सोयाबीन	पानावरील ठिपके	३७५ ते ५०० ग्रॅम + ५०० लि.	--	--	(२६)/ फवारणीसाठी
कापुस	बुरशीजन्य पानावरील करपा	५०० ग्रॅम + ५०० लि.	--	--	(१४)/ फवारणीसाठी
सल्फर (गंधक) –४०% डब्ल्यू.पी. (Sulphur 40%WP), स्पर्शजन्य					
कापूस	कोळी	३७५० ग्रॅम + ७५० लि.	--	--	फवारणीसाठी
व्दिदल पीके	भूरी	५६५० ते ७५०० ग्रॅम + ७५० लि.	--	--	फवारणीसाठी
जिरे	भूरी	३५०० ग्रॅम +१००० लि.	--	--	फवारणीसाठी
द्राक्ष	भूरी	२००० ग्रॅम +१००० लि.	--	--	फवारणीसाठी
भुईमुग	टिक्का पानावरील ठिपके	५६५० ग्रॅम +७५० लि.	--	--	फवारणीसाठी
आंबा	भूरी	३७५० ते ५००० ग्रॅम + १००० लि.	--	--	फवारणीसाठी
वाटाणा	भूरी	५६५० ग्रॅम +७५० लि.	--	--	फवारणीसाठी
गुलाब	भूरी व लाल कोळी	३७५० ग्रॅम +७५० लि.	--	--	फवारणीसाठी
ज्वारी	कोळी	२००० ग्रॅम +७५० लि.	--	--	फवारणीसाठी
सल्फर (गंधक) –५२% एस.सी. (Sulphur 52% SC),स्पर्शजन्य					
वाटाणा	भूरी	२००० मि.ली.+ ४०० लि.	--	--	फवारणीसाठी
मिरची	भूरी	२००० मि.ली.+ ४०० लि.	--	--	फवारणीसाठी

पीक	रोगाचे नांव	प्रती हेक्टरसाठी बुरशीनाशकाचे प्रमाण (ग्रॅम/मि.ली./%) + पाणी (लिटर)	प्रती १० लि. पाण्यासाठी बुरशीनाशकाचे प्रमाण	प्रतीकि.बियाणे बिजप्रक्रियेसाठी बुरशीनाशकाचे प्रमाण	फवारणीनंतर पीक काढणीसाठीचा कालावधी (दिवस) / बुरशीनाशक वापरण्याची पध्दत
सल्फर (गंधक) –५५.१६% एस.सी. (Sulphur 55.16 % SC),स्पर्शजन्य					
द्राक्ष	भूरी	--	३० मि.ली.	--	(१०)/ फवारणीसाठी
आंबा	भूरी	--	३० मि.ली.	--	(१०)/ फवारणीसाठी
सल्फर (गंधक) –८०% डब्ल्यू.पी. (Sulphur 80% WP), स्पर्शजन्य					
सफरचंद	भूरी	२५०० ते ५००० ग्रॅम	--	--	फवारणीसाठी
द्राक्ष	भूरी	--	२० ग्रॅम	--	फवारणीसाठी
भुईमुग	टिक्का पानावरील ठिपके	२५०० ते ५००० ग्रॅम +७५० लि.	--	--	फवारणीसाठी
चवळी, मूग, उडीद	भूरी	३००० ग्रॅम +७५० लि.	--	--	फवारणीसाठी
वाटाणा	तांबेरा	३००० ग्रॅम +७५० लि.	--	--	फवारणीसाठी
ज्वारी	दाण्यावरील काणी	--	--	३ ते ४ ग्रॅम	बीजप्रक्रिया
मिरची व भेंडी	भूरी	३००० ग्रॅम +७५० लि.	--	--	फवारणीसाठी
आंबा	भूरी	३००० ग्रॅम + ७५० लि.	--	--	फवारणीसाठी
लिंबू	भूरी	३००० ग्रॅम + ७५० लि.	--	--	फवारणीसाठी

पीक	रोगाचे नांव	प्रती हेक्टरसाठी बुरशीनाशकाचे प्रमाण (ग्रॅम/मि.ली./%) + पाणी (लिटर)	प्रती १० लि. पाण्यासाठी बुरशीनाशकाचे प्रमाण	प्रतीकि.बियाणे बिजप्रक्रियेसाठी बुरशीनाशकाचे प्रमाण	फवारणीनंतर पीक काढणीसाठीचा कालावधी (दिवस) / बुरशीनाशक वापरण्याची पध्दत
सल्फर (गंधक) –८०% डब्ल्यू.जी. (Sulphur 80%WG), स्पर्शजन्य					
द्राक्ष	भूरी	--	२० ग्रॅम	--	फवारणीसाठी
चवळी	भूरी	१८०० ग्रॅम + ७५० लि.	--	--	फवारणीसाठी
गवार	भूरी	१८०० ग्रॅम + ७५० लि.	--	--	फवारणीसाठी
वाटाणा	भूरी	१८०० ग्रॅम + ७५० लि.	--	--	फवारणीसाठी
जिरे	भूरी	१८०० ग्रॅम + ७५० लि.	--	--	फवारणीसाठी
आंबा	भूरी	१८०० ग्रॅम + ७५० लि.	--	--	फवारणीसाठी
सल्फर (गंधक) –८५% डी.पी.(Sulphur 85%DP), स्पर्शजन्य					
द्राक्ष	भूरी	१५ ते २० कि.	--	--	धुरळणीसाठी
भुईमुग	टिक्का पानावरील ठिपके	१५ ते २० कि.	--	--	धुरळणीसाठी
व्दिदल पिके	भूरी	१५ ते २० कि.	--	--	धुरळणीसाठी
चवळी,मुग, उडीद,	तांबेरा	१५ ते २० कि.	--	--	धुरळणीसाठी
वाटाणा	भूरी, तांबेरा	१५ ते २० कि.	--	--	धुरळणीसाठी
रबर	भूरी	३७.५ कि..	--	--	धुरळणीसाठी
जिरे, कोथींबीर	भूरी	१५ ते २० कि.	--	--	धुरळणीसाठी
तंबाखू	भूरी	१०० कि.	--	--	धुरळणीसाठी
टेब्युकोनॅझोल–२% डी.एस. (Tebuconazole 2% DS),आंतरप्रवाही					
गहू	मोकळी काणी	--	--	१ग्रॅम	बीजप्रक्रिया
भूईमुग	खोडकुज मूळकुज	--	--	१ ते १.२५ग्रॅम	बीजप्रक्रिया
टेब्युकोनॅझोल–५.३६% एफ.एस. (Tebuconazole 5.36% FS),आंतरप्रवाही					
गहू	मोकळी काणी	--	--	०.३मि.ली.	बीजप्रक्रिया

पीक	रोगाचे नांव	प्रती हेक्टरसाठी बुरशीनाशकाचे प्रमाण (ग्रॅम/मि.ली./%) +पाणी (लिटर)	प्रती १० लि. पाण्यासाठी बुरशीनाशकाचे प्रमाण	प्रतीकि.बियाणे बिजप्रक्रियेसाठी बुरशीनाशकाचे प्रमाण	फवारणीनंतर पीक काढणीसाठीचा कालावधी (दिवस) / बुरशीनाशक वापरण्याची पध्दत
टेब्युकोनॅझोल–२५.९% ई.सी. (Tebuconazole25.9% EC),आंतरप्रवाही					
मिरची	फळकुज, भूरी	५०० ते ७०० मि.ली. +५००लि.	--	--	(५)/ फवारणीसाठी
भुईमूग	टिक्का, तांबेरा	५०० ते ७०० मि.ली. +५००लि.	--	--	(४९)/ फवारणीसाठी
भात	करपा, कडा करपा	७५० मि.ली. +५००लि.	--	--	(१०)/ फवारणीसाठी
कांदा	जांभळे चट्टे, व्रण, करपा	७५० मि.ली. +५००लि.	--	--	(२१)/ फवारणीसाठी
टेब्युकोनॅझोल–२५%डब्ल्यू.जी. (Tebuconazole25% WG),आंतरप्रवाही					
मिरची	भूरी, फळकूज	५०० ते ७०० मि.ली. + ५००लि.	--	--	(५)/ फवारणीसाठी
भुईमूग	टिक्का, तांबेरा	५०० ते ७०० मि.ली. + ५००लि.	--	--	(२२)/ फवारणीसाठी
भात	करपा (ब्लास्ट)	७०० मि.ली. + ५००लि.	--	--	(१०)/ फवारणीसाठी
थायफ्युझामाईड–२४%एस.सी. (Thifluzamide 24%SC), आंतरप्रवाही					
भात	कडा करपा	३७५ ग्रॅम+ ५००लि.	५००	--	(२८)/ फवारणीसाठी
थायोफिनेट मिथील–७०%डब्ल्यू.पी.(Thiophanate Methyl 70%WP),आंतरप्रवाही					
पपई	भूरी	७१५ ग्रॅम + ७५०लि.	--	--	(४-८)/ फवारणीसाठी
टोमॅटो	वर्तुळाची कूज	७१५ ग्रॅम + ७५०लि.	--	--	(७)/ फवारणीसाठी
भोपळा	बुरशीजन्य ठिपके, करपा	१४३० ग्रॅम + ७५०लि.	--	--	(१)/ फवारणीसाठी

पीक	रोगाचे नांव	प्रती हेक्टरसाठी बुरशीनाशकाचे प्रमाण (ग्रॅम/मि.ली./%) +पाणी (लिटर)	प्रती १० लि. पाण्यासाठी बुरशीनाशकाचे प्रमाण	प्रतीकि.बियाणे बिजप्रक्रियेसाठी बुरशीनाशकाचे प्रमाण	फवारणीनंतर पीक काढणीसाठीचा कालावधी (दिवस) / बुरशीनाशक वापरण्याची पध्दत
थायरम–४०%एफ.एस. (Thiram 40 FS), स्पर्शजन्य					
मका	रोप करपा	--	--	२.४ ग्रॅम	बीजप्रक्रिया
थायरम–७५%डब्ल्यू.एस. (Thiram75%WS),स्पर्शजन्य					
भुईमुग	खोड कुज	--	५०० ग्रॅम	--	(७-१०)/ फवारणीसाठी
गहू	काणी	--	२५० ते ३०० ग्रॅम	--	(७-१०)/ फवारणीसाठी
मका	रोपातील करपा	--	२५० ते ३०० ग्रॅम	--	(७-१०)/ फवारणीसाठी
ज्वारी	मोकळी काणी	--	२५० ते ३०० ग्रॅम	--	(७-१०)/ फवारणीसाठी
	रोपातील करपा	--	२५० ते ३०० ग्रॅम	--	(७-१०)/ फवारणीसाठी
कापूस, भात	बी पासून होणारे रोग	--	२५० ते ३०० ग्रॅम	--	(७-१०)/ फवारणीसाठी
ट्रायडीमेफॉन–२५% डब्ल्यू.पी. (Triadimefon 25% WP), आंतरप्रवाही					
गहू	भूरी	२६० ते ५२० ग्रॅम +७५० लि.	--	--	(२५)/ फवारणीसाठी
वाटाणा	तांबेरा	७५० ग्रॅम +७५० लि.	--	--	(२५)/ फवारणीसाठी
	भूरी	७५० ग्रॅम +७५० लि.	--	--	(२५)/ फवारणीसाठी
द्राक्ष	भूरी	--	१० ग्रॅम	--	(२५)/ फवारणीसाठी
उडीद	खोड कूज	--	--	४ ग्रॅम	बीजप्रक्रिया

पीक	रोगाचे नांव	प्रती हेक्टरसाठी बुरशीनाशकाचे प्रमाण (ग्रॅम/मि.ली./%) + पाणी (लिटर)	प्रती १० लि. पाण्यासाठी बुरशीनाशकाचे प्रमाण	प्रतीकि.बियाणे बिजप्रक्रियेसाठी बुरशीनाशकाचे प्रमाण	फवारणीनंतर पीक काढणीसाठीचा कालावधी (दिवस) / बुरशीनाशक वापरण्याची पध्दत
ट्रायसायक्लॅझोल–७५% डब्ल्यू.पी. (Tricyclazole75%WP), आंतरप्रवाही					
भात	करपा (ब्लास्ट)	३०० ते ४०० ग्रॅम +५०० लि.	--	--	(३०)/ फवारणीसाठी
वॅलिडामायसीन–३% एल. (Validamycin 3%L), आंतरप्रवाही					
भात	कडा करपा	२००० ग्रॅम +७५० लि.	--	--	(१४)/ फवारणीसाठी
झायनेब–७५% डब्ल्यू.पी. (Zineb 75%WP),स्पर्शजन्य					
ज्वारी	पानावरील लाल ठिपके	१५०० ग्रॅम+७५० लि.	--	--	फवारणीसाठी
	पानावरील ठिपके, करपा	१५०० ग्रॅम+७५० लि.	--	--	फवारणीसाठी
भात	करपा (ब्लास्ट)	१५०० ग्रॅम+७५० लि.	--	--	फवारणीसाठी
गहू	तांबेरा, करपा	१५०० ग्रॅम+७५० लि.	--	--	फवारणीसाठी
तंबाखू	पानावरील ठिपके	१५०० ग्रॅम+७५० लि.	--	--	फवारणीसाठी
बटाटा	लवकर व उशिरा येणारा करपा	१५०० ग्रॅम + ७५० लि.	--	--	फवारणीसाठी
टोमॅटो	लवकर व उशिरा येणारा करपा	१५०० ग्रॅम+७५० लि..	--	--	फवारणीसाठी
मिरची	फळकूज, पानावरील ठिपके	१५०० ग्रॅम + ७५० लि.	--	--	फवारणीसाठी

पीक	रोगाचे नांव	प्रती हेक्टरसाठी बुरशीनाशकाचे प्रमाण (ग्रॅम/मि.ली./%) + पाणी (लिटर)	प्रती १० लि. पाण्यासाठी बुरशीनाशकाचे प्रमाण	प्रतीकि.बियाणे बिजप्रक्रियेसाठी बुरशीनाशकाचे प्रमाण	फवारणीनंतर पीक काढणीसाठीचा कालावधी (दिवस) / बुरशीनाशक वापरण्याची पध्दत
वांगी	केवडा, पानावरील ठिपके,करपा	१५०० ग्रॅम + ७५० लि.	--	--	फवारणीसाठी
काकडीवर्गीय	केवडा,करपा,ठिपके	१५०० ग्रॅम + ७५० लि.	--	--	फवारणीसाठी
कोबी व फुलकोबी	पानावरील ठिपके	१५०० ग्रॅम + ७५० लि.	--	--	फवारणीसाठी
	केवडा	--	१५ ते २० ग्रॅम	--	फवारणीसाठी
	रोप कोलमडणे	--	२० ग्रॅम	--	वाफ्याच्या मातीवर फवारण्यासाठी
जिरे	करपा	१५०० ग्रॅम + ७५० लि.	--	--	फवारणीसाठी
लिंबू	तेलकट ठिपके	१५०० ग्रॅम + ७५० लि.	--	--	फवारणीसाठी
पेरु	फळकूज	१५०० ग्रॅम + ७५० लि.	--	--	फवारणीसाठी
घेवडा	पानावरील ठिपके, करपा, केवडा	--	२० ग्रॅम	--	फवारणीसाठी
शेवंती	तांबेरा, पानावरील ठिपके	--	१५ ग्रॅम	--	फवारणीसाठी

पीक	रोगाचे नांव	प्रती हेक्टरसाठी बुरशीनाशकाचे प्रमाण (ग्रॅम/मि.ली./%) + पाणी (लिटर)	प्रती १० लि. पाण्यासाठी बुरशीनाशकाचे प्रमाण	प्रतीकि.बियाणे बिजप्रक्रियेसाठी बुरशीनाशकाचे प्रमाण	फवारणीनंतर पीक काढणीसाठीचा कालावधी (दिवस) / बुरशीनाशक वापरण्याची पध्दत
कापूस	पानावरील ठिपके	--	२० ग्रॅम	--	फवारणीसाठी
लसुण	तांबेरा	--	२० ग्रॅम	--	फवारणीसाठी
ग्लॅडीओलस	कंदकुज	--	१० ग्रॅम	--	लागवडीपूर्वी ५ मि. कंद भिजत ठेवणे
भुईमूग	टिक्का	--	२० ग्रॅम	--	फवारणीसाठी
मका	करपा	--	२० ग्रॅम	--	फवारणीसाठी
कलिंगड, टरबूज	करपा, केवडा, पानावरील ठिपके	--	२० ग्रॅम	--	फवारणीसाठी
मोहरी	पांढरे पुरळ, केवडा	--	३० ग्रॅम	--	फवारणीसाठी
कांदा	केवडा	--	२० ग्रॅम	--	फवारणीसाठी
	पातीवरील ठिपके	--	२० ग्रॅम	--	फवारणीसाठी
तूर	करपा	--	२५ ग्रॅम	--	फवारणीसाठी
मूळा	पांढरी पुरळ	--	३० ग्रॅम	--	फवारणीसाठी
चिकू	पानावरील ठिपके	--	२० ग्रॅम	--	फवारणीसाठी
गुलाब	काळे डाग, करपा	--	२० ग्रॅम	--	फवारणीसाठी
तीळ	करपा	--	१५ ग्रॅम	--	फवारणीसाठी
ज्वारी	पानावरील ठिपके, करपा	--	२० ग्रॅम	--	फवारणीसाठी

पीक	रोगाचे नांव	प्रती हेक्टरसाठी बुरशीनाशकाचे प्रमाण (ग्रॅम/मि.ली./%) + पाणी (लिटर)	प्रती १० लि. पाण्यासाठी बुरशीनाशकाचे प्रमाण	प्रतीकि.बियाणे बिजप्रक्रियेसाठी बुरशीनाशकाचे प्रमाण	फवारणीनंतर पीक काढणीसाठीचा कालावधी (दिवस) / बुरशीनाशक वापरण्याची पध्दत
सोयाबीन	तांबेरा, शेंगा व फांदीवरील करपा	--	२० ग्रॅम	--	फवारणीसाठी
स्ट्रॉबेरी	पानावरील ठिपके	--	२० ग्रॅम	--	फवारणीसाठी
सुर्यफूल	पानावरील ठिपके	--	२० ग्रॅम	--	फवारणीसाठी
रताळी	काळीकूज	--	२० ग्रॅम	--	लागवडीपूर्वी कंद बुडविण्यासाठी
हळद	पानावरील ठिपके	--	३० ग्रॅम	--	फवारणीसाठी
झायरम–८०% डब्ल्यू.पी. (Ziram 80%WP),स्पर्शजन्य					
द्राक्ष	केवडा पानावरील ठिपके	१५०० ग्रॅम+ ७५० लि.	--	--	फवारणीसाठी
बटाटा	लवकर येणारा करपा	१५०० ग्रॅम+ ७५० लि.	--	--	(३)/ फवारणीसाठी
टोमॅटो	पानावरील लवकर येणारे ठिपके, करपा	१५०० ग्रॅम+ ७५० लि.	--	--	(३)/ फवारणीसाठी
घेवडा	तांबेरा	--	२० ग्रॅम	--	(३)/ फवारणीसाठी
	करपा	--	२० ग्रॅम	--	बीजप्रक्रियेसाठी
वांगी	पानावरील ठिपके, फळकुज	--	२० ग्रॅम	--	(३)/ फवारणीसाठी
काकडी वर्गीय	पानांवरील ठिपके, करपा	--	१५ ते २० ग्रॅम	--	(३)/ फवारणीसाठी
मूग	करपा	--	२० ग्रॅम	--	(३)/ फवारणीसाठी
मोहरी	करपा	--	२० ग्रॅम	--	(३)/ फवारणीसाठी
कांदा	केवडा	--	१० ग्रॅम	--	(३)/ फवारणीसाठी

पीक	रोगाचे नांव	प्रती हेक्टरसाठी बुरशीनाशकाचे प्रमाण (ग्रॅम/मि.ली./%) +पाणी (लिटर)	प्रती १० लि. पाण्यासाठीबुरशीनाश काचे प्रमाण	प्रतीकि.बियाणे बिजप्रक्रियेसाठी बुरशीनाशकाचे प्रमाण	फवारणीनंतर पीक काढणीसाठीचा कालावधी (दिवस) / बुरशीनाशक वापरण्याची पध्दत
बाजरी	अरगट	--	२० ग्रॅम	--	(३)/ फवारणीसाठी
ज्वारी	अरगट	--		--	(३)/ फवारणी कणीस पानातून बाहेर पडताच करावी
	पानांवरील बुरशीजन्य ठिपके	--	२० ग्रॅम	--	(३)/ फवारणीसाठी
	तांबेरा	--	२० ग्रॅम	--	(३)/ फवारणीसाठी
सोयाबीन	जिवाणूजन्य पूरळ	--	२० ग्रॅम	--	(३)/ फवारणीसाठी
स्ट्रॉबेरी	पानावरील ठिपके व करपा	--	२० ग्रॅम	--	(३)/ फवारणीसाठी
बीट	पानावरील ठिपके	--	२० ते २५ ग्रॅम	--	(३)/ फवारणीसाठी
सुर्यफुल	तांबेरा	--	४ ग्रॅम	--	(३)/ फवारणीसाठी
गहू	करपा	--	३० ग्रॅम	--	(३)/ फवारणीसाठी
लाईमसल्फर २२%एस.सी. (Lime Sulphur 22% SC),स्पर्शजन्य					
व्दिदल पिके	तांबेरा		साध्या फवा-यासाठी १०० मि.ली. प्रति १० लि. पाणी या प्रमाणात द्रावण करावे (एक हेक्टरसाठी २-५ लि. औषध वरील प्रमाणात द्रावण करुन फवारावे)		
गुलाब	भूरी	--	साध्या फवा-यासाठी १०० मि.ली. प्रति १० लि पाणी या प्रमाणात द्रावण करावे (एक हेक्टरसाठी २-५ लि. औषध वरील प्रमाणात द्रावण करुन फवारावे)		

पीक	रोगाचे नांव	प्रती १० लि. पाण्यासाठीबुरशीनाशकाचे प्रमाण
स्ट्रेप्टोमायसीन सल्फेट ९० टक्के + टेट्रासायक्लीन हायड्रोक्लोराईड १० टक्के एस.पी. (Streptomycin Sulphate 90% + Tetracylin Hydrocloride 10% SP) ,आंतरप्रवाही		
व्दिदल पिके	करपा जीवाणूजन्य	स्ट्रेप्टोमायसीन १ ते १.५ ग्रॅम १० लि. पाण्यात मिसळून ७ दिवसाच्या अंतराने ३ फवारण्या कराव्यात. नियंत्रणासाठी पाहिली फवारणी पाने उगवल्यानंतर १० दिवसांनी करावी.
लिंबू	खैरा	स्ट्रेप्टोमायसीन ०.५ ते १.० ग्रॅम १० लि. पाण्यात मिसळून १५ ते २० दिवसाच्या अंतराने नवीन पाने फुटल्यावर फवाराणी करावी.
बटाटा	काळा पडणे, ओली मऊ कूज, जीवाणूजन्य मर, बटाटयावर वर्तूळे तयार होणे	**बीजप्रक्रिया** :स्ट्रेप्टोमायसीन ०.४ ते १.० ग्रॅम १० लिटर पाण्यात मिसळून द्रावण तयार करावे व लागवडीपूर्वी बीज कंद या द्रावणात अर्धातास बुडवावे. **फवारणी** :स्ट्रेप्टोमायसीन ०.४ ते ०.५ ग्रॅम १० लिटर पाण्यात मिसळून २० दिवसाच्या अंतराने २ ते ३ फवारण्या कराव्यात पहिली फवारणी लागवडीनंतर ३० दिवसांनी करावी.
तंबाखू	करपा (जीवाणूजन्य)	**बीजप्रक्रिया** :स्ट्रेप्टोमायसीन ०.४ ते १.० ग्रॅम १० लिटर पाण्यात मिसळून झाड दोन पानाच्या अवस्थेत असताना पहिली फवारणी करावी त्यापुढील फवारण्या ७ दिवसाच्या अंतराने कराव्यात.
टोमॅटो	जीवाणूजन्य पानावरील ठिपके	स्ट्रेप्टोमायसीन ०.४ ते १.० ग्रॅम १० लिटर पाण्यात मिसळून वाफ्यातील रोपावर फवारावे. तसेच झाडे मुख्य शेतात लागवड करण्यापूर्वी एक फवारणी करावी.
भात	पानावरील जीवाणूजन्य करपा	**बीजप्रक्रिया** :स्ट्रेप्टोमायसीन ०.४ ग्रॅम १० लिटर पाणी या प्रमाणात मिश्रण तयार करुन त्यामध्ये पेरणीपूर्वी बियाणे १२ तासासाठी भिजत ठेवावे. **रोपप्रक्रिया** स्ट्रेप्टोमायसीन ०.४ ते १.० ग्रॅम १० लिटर पाणी या प्रमाणात मिश्रण तयार करुन रोपे लागवडीपूर्वी या मिश्रणात बुडवुन घ्यावीत. **फवारणी** :स्ट्रेप्टोमायसीन १ ते १.५ ग्रॅम + १० लिटर पाणी या प्रमाणात मिश्रण तयार करुनफवारणीसाठी वापरावे दुसरी फवारणीची आवश्यकता असल्यास ती दाणे भरण्याच्या अवस्थेपूर्वी करावी.

बुरशीनाशके (संयुक्तरित्या)

पीक	रोगाचे नांव	प्रती हेक्टरसाठी बुरशीनाशकाचे प्रमाण (ग्रॅम/मि.ली./%) + पाणी (लिटर)	प्रती १० लि. पाण्यासाठी बुरशीनाशकाचे प्रमाण	प्रतीकि.बियाणे बिजप्रक्रियेसाठी बुरशीनाशकाचे प्रमाण	फवारणीनंतर पीक काढणीसाठीचा कालावधी (दिवस) / बुरशीनाशक वापरण्याची पध्दत
अमेटोक्टॅडिन २७%+ डायमिथोमॉर्फ २०.२७% एस.सी. (Ametoctradin 27% + Dimethomorph 20.27 %SC) स्पर्शजन्य +आंतरप्रवाही					
काकडीवर्गीय	केवडा	८०० ते १००० मि.ली. + ५०० लि.	--	--	(३)/ फवारणीसाठी
बटाटा	उशिरा येणारा करपा	८०० ते १००० मि.ली. + ५०० लि.	--	--	(३२)/ फवारणीसाठी
अझोक्सीस्ट्रोबिन १८.२%+डायफेनोकोनॅझोल११.४% एस.सी. (Azoxystrobin 18.2% w/w + Difenoconazole 11.4% w/w SC)आंतरप्रवाही					
मिरची	बुरशीजन्य ठिपके, भूरी	--	१० मि.ली.	--	(५)/ फवारणीसाठी
टोमॅटो	लवकर व उशिरा येणारा करपा	--	१० मि.ली.	--	(५)/ फवारणीसाठी
भात	करपा (ब्लास्ट), कडा करपा	--	१० मि.ली.	--	(३१)/ फवारणीसाठी
मका	करपा, केवडा	--	१० मि.ली.	--	(२६)/ फवारणीसाठी
गहू	तांबेरा, भूरी	--	१० मि.ली.	--	(३५)/ फवारणीसाठी
कॅप्टान ७०%+ हेक्साकोनॅझोल ५% डब्ल्यू.पी. (Captan70%+ Hexaconazole5%WP), स्पर्शजन्य +आंतरप्रवाही					
मिरची	फळ कुज	५०० ते १००० ग्रॅम + ५०० लि.	--	--	(५)/ फवारणीसाठी
बटाटा	लवकर व उशिरा येणारा करपा	५०० ते १००० ग्रॅम +५०० लि.	--	--	(२१)/ फवारणीसाठी

पीक	रोगाचे नांव	प्रती हेक्टरसाठी बुरशीनाशकाचे प्रमाण (ग्रॅम/मि.ली./%) +पाणी (लिटर)	प्रती १० लि. पाण्यासाठी बुरशीनाशकाचे प्रमाण	प्रतीकि.बियाणे बिजप्रक्रियेसाठी बुरशीनाशकाचे प्रमाण	फवारणीनंतर पीक काढणीसाठीचा कालावधी (दिवस) / बुरशीनाशक वापरण्याची पध्दत
कार्बेनडॅझीम १२%+ मॅन्कोझेब ६३% डब्ल्यू.पी. (Carbendazim12%+ Mancozeb63%WP), आंतरप्रवाही+स्पर्शजन्य					
भुईमूग	पानावरील ठिपके, करपा	५०० ग्रॅम +५०० लि.	--	--	(७२)/ फवारणीसाठी
भात	करपा (ब्लास्ट)	७५० ग्रॅम +७५० लि.	--	--	(५७)/ फवारणीसाठी
द्राक्ष	केवडा, भूरी, बुरशीजन्य ठिपके	--	१५ ग्रॅम	--	(७)/ फवारणीसाठी
आंबा	भूरी,बुरशीजन्य ठिपके	--	१५ ग्रॅम	--	(७)/ फवारणीसाठी
कार्बेनडॅझीम २५%+ मॅन्कोझेब ५०% डब्ल्यू.एस. (Carbendazim 25%+ Mancozeb 50% WS), आंतरप्रवाही+स्पर्शजन्य					
भुईमूग	खोडकूज मूळकुज, टिक्का	--	--	३.० ते ३.५ ग्रॅम	बीजप्रक्रिया
बटाटा	करपा	--	३० ते ३५ ग्रॅम		बीजप्रक्रिया
भात	विटकरी ठिपके, रोप करपा, कडा करपा	--	--	३.० ते ३.५ ग्रॅम	बीजप्रक्रिया
गहू	मोकळी काणी	--	--	३.० ते ३.५ ग्रॅम	बीजप्रक्रिया
कार्बेनडॅझीम २५%+ फ्युसिलॅझोल १२.५% एस. ई. (Carbendazim 25 %+ Flusilazole 12.5% SE), आंतरप्रवाही					
भात	कडा करपा	८०० ते ९६० मि.ली. +५०० लि.	--	--	(५४)/ फवारणीसाठी
भुईमूग	खोडकूज, टिक्का	६४० ते ८०० मि.ली. +५०० लि.	--	--	(२४)/ फवारणीसाठी

पीक	रोगाचे नांव	प्रती हेक्टरसाठी बुरशीनाशकाचे प्रमाण (ग्रॅम/मि.ली./%) +पाणी (लिटर)	प्रती १० लि. पाण्यासाठी बुरशीनाशकाचे प्रमाण	प्रतीकि.बियाणे बिजप्रक्रियेसाठी बुरशीनाशकाचे प्रमाण	फवारणीनंतर पीक काढणीसाठीचा कालावधी (दिवस) / बुरशीनाशक वापरण्याची पध्दत
कार्बोक्झीन १७.५%+ थायरम १७.५% एफ.एफ. (Carboxin17.5%+ Thiram17.5%FF), आंतरप्रवाही +स्पर्शजन्य					
गहू	मोकळी काणी	--	--	२.५ ते ३.० ग्रॅम	बीजप्रक्रिया
कार्बोक्झीन३७.५%+ थायरम ३७.५% डी.एस.(Carboxin37.5%+ Thiram37.5%DS), आंतरप्रवाही +स्पर्शजन्य					
गहू	मोकळी काणी, बी पासून उद्‌भवणारे रोग	--	--	३ ग्रॅम	बीजप्रक्रिया
सोयाबीन	खोडकुज, कोळसी कुज	--	--	३ ग्रॅम	बीजप्रक्रिया
कापूस	मुळकुज, जीवाणूजन्य करपा	--	--	३.५ ग्रॅम	बीजप्रक्रिया
तुर	बी कुज, मुळकुज, मर, खोडकुज	--	--	४ ग्रॅम	बीजप्रक्रिया
भुईमुग	खोडकुज, बीकूज, फांदीकूज	--	--	३ ग्रॅम	बीजप्रक्रिया
सायमोक्झॅनील ८%+ मॅन्कोझेब ६४% डब्ल्यू.पी. (Cymoxanil8%+ Mancozeb64%WP), आंतरप्रवाही +स्पर्शजन्य					
द्राक्ष	केवडा	१५०० ग्रॅम + ५०० लि.	--	--	(१०)/ फवारणीसाठी
बटाटा	उशिरा येणारा करपा	१५०० ग्रॅम + ५०० लि.	--	--	(१०)/ फवारणीसाठी
टोमॅटो	उशिरा येणारा करपा	१५०० ग्रॅम + ५०० लि.	--	--	(१०)/ फवारणीसाठी
काकडीवर्गीय	केवडा	१५०० ग्रॅम + ५०० लि.	--	--	(१०)/ फवारणीसाठी

पीक	रोगाचे नांव	प्रती हेक्टरसाठी बुरशीनाशकाचे प्रमाण (ग्रॅम/मि.ली./%) + पाणी (लिटर)	प्रती १० लि. पाण्यासाठी बुरशीनाशकाचे प्रमाण	प्रतीकि.बियाणे बिजप्रक्रियेसाठी बुरशीनाशकाचे प्रमाण	फवारणीनंतर पीक काढणीसाठीचा कालावधी (दिवस) / बुरशीनाशक वापरण्याची पध्दत
फॅमोक्झाडोन १६.६% + सायमोक्झॅनील २२.१% एस.सी. (Famoxadone16.6%+ Cymoxanil 22.1%SC), आंतरप्रवाही					
बटाटा	उशिरा केवडा करपा	५०० मि.ली. + ५०० लि.	--	--	(४०)/ फवारणीसाठी
टोमॅटो	करपा	५०० मि.ली. + ५०० लि.	--	--	(३)/ फवारणीसाठी
फेनॉमिडोन १०%+ मॅन्कोझेब ५०% डब्ल्यू.जी.(Fenamidone 10%+ Mancozeb 50%WG), स्पर्शजन्य					
बटाटा	उशिरा येणारा करपा	१२५० ते १५०० ग्रॅम + ५०० लि.	--	--	(३०)/ फवारणीसाठी
खीरा (काकडी)	केवडा	१५०० ग्रॅम + ५०० लि.	--	--	(५)/ फवारणीसाठी
हेक्झाकोनॅझोल ४%+ झायनेब ६८% डब्ल्यू.पी. (Hexaconzole 4% + Zineb 68% WP), आंतरप्रवाही + स्पर्शजन्य					
भात	विटकरी ठिपके, कडा करपा, करपा (ब्लास्ट)	१००० ते १२५० ग्रॅम + ५०० लि.	--	--	(३४)/ फवारणीसाठी
चहा	काळीकूज, करपा	६२५ ग्रॅम + ५०० लि.	--	--	(७)/ फवारणीसाठी
ईप्रोडीऑन २५%+ कार्बेनडॅझीम २५% डब्ल्यू.पी. (Iprodione 25%+ Carbendazim 25%WP), स्पर्शजन्य + आंतरप्रवाही					
भात	करपा (ब्लास्ट), कडा करपा	५०० ग्रॅम + ५०० लि.	--	--	(३०) फवारणीसाठी

पीक	रोगाचे नांव	प्रती हेक्टरसाठी बुरशीनाशकाचे प्रमाण (ग्रॅम/मि.ली./%) + पाणी (लिटर)	प्रती १० लि. पाण्यासाठी बुरशीनाशकाचे प्रमाण	प्रतीकि.बियाणे बिजप्रक्रियेसाठी बुरशीनाशकाचे प्रमाण	फवारणीनंतर पीक काढणीसाठीचा कालावधी (दिवस) / बुरशीनाशक वापरण्याची पध्दत
मेटॅलॅक्झील एम ४%+ मॅन्कोझेब ६४% डब्ल्यू.पी. (Metalaxyl M 4%+ Mancozeb 64%WP), आंतरप्रवाही + स्पर्शजन्य					
द्राक्ष	केवडा	--	२५ ग्रॅम	--	(८)/ फवारणीसाठी
बटाटा	उशिरा येणारा करपा	--	२५ ग्रॅम	--	(२४)/ फवारणीसाठी
मिरी	खोडकूज बुरशीजन्य	--	२५ ग्रॅम	--	(२१)/ फवारणीसाठी
मोहरी	केवडा, पांढरी पुरळ	--	२५ ग्रॅम	--	(६०)/ फवारणीसाठी
मिरची	रोपे कोलमडणे	--	३० ग्रॅम	--	(५३)/ आळवणीसाठी
मेटॅलॅक्झील एम ३.३%+ क्लोरोथॅलोनिल ३३.१% एस.सी.(Metalaxyl M 3.3%+ Chlorothalonil 33.1% SC),आंतरप्रवाही + स्पर्शजन्य					
बटाटा	उशिरा येणारा करपा	--	२० मि.ली.	--	(३४)/ फवारणीसाठी
मेटॅलॅक्झील ८% + मॅँकोझेब ६४% डब्ल्यू.पी. (Metalaxyl 8%+ Mancozeb 64%WP), आंतरप्रवाही + स्पर्शजन्य					
द्राक्ष	केवडा	. --	२५ ग्रॅम	--	(४९)/ फवारणीसाठी
तंबाखू रोपवाटिका	रोपे कोलमडणे	५००० ग्रॅम +५००० लि.	--	--	(४९)/ आळवणीसाठी
बटाटा	उशिरा येणारा करपा	२५०० ग्रॅम +१००० लि.	--	--	(४९)/ फवारणीसाठी

पीक	रोगाचे नांव	प्रती हेक्टरसाठी बुरशीनाशकाचे प्रमाण (ग्रॅम/मि.ली./%) + पाणी (लिटर)	प्रती १० लि. पाण्यासाठी बुरशीनाशकाचे प्रमाण	प्रतीकि.बियाणे बिजप्रक्रियेसाठी बुरशीनाशकाचे प्रमाण	फवारणीनंतर पीक काढणीसाठीचा कालावधी (दिवस) / बुरशीनाशक वापरण्याची पध्दत
मोहरी	पांढरी पुरळ, बुरशीजन्य करपा	२५०० ग्रॅम + १००० लि.	--	--	(५६)/ फवारणीसाठी
मिरी	बुरशीजन्य खोड कुज	--	२.५ ग्रॅम	--	फवारणीसाठी
			२.५ ग्रॅम	--	आळवणीसाठी
बाजरी	केवडा	२००० ग्रॅम + ५०० लि.	--	--	(४९)/ फवारणीसाठी
मेटिरॅम ५५%+ पायरॅक्लोस्ट्रॉबीन ५% डब्ल्यू.जी. (Metiram 55% + Pyraclostrobin 5% WG), स्पर्शजन्य + आंतरप्रवाही					
टोमॅटो	करपा	१५०० ते १७५० ग्रॅम +५०० लि.	--	--	(५)/ फवारणीसाठी
बटाटा	उशिरा येणारा करपा	१५०० ते १७५० ग्रॅम + ५०० लि.	--	--	(१५)/ फवारणीसाठी
मिरची	बुरशीजन्य ठिपके	१५०० ते १७५० ग्रॅम +७५० लि.	--	--	(५)/ फवारणीसाठी
कांदा	जांभळे डाग व्रण	१५०० ते १७५० ग्रॅम +७५० लि.	--	--	(१६)/ फवारणीसाठी
कापूस	बुरशीजन्य ठिपके	१५०० ते १७५० ग्रॅम +७५० लि.	--	--	(४५)/ फवारणीसाठी
प्रोपीकोनॅझोल १३.९% + डायफेनोकोनॅझोल १३.९% ई.सी. (Propiconazole 13.9% + Difenoconazole 13.9% EC),आंतरप्रवाही + आंतरप्रवाही					
भात	कडा करपा	--	७ ते १० मि.ली.	--	(४६)/ फवारणीसाठी

पीक	रोगाचे नांव	प्रती हेक्टरसाठी बुरशीनाशकाचे प्रमाण (ग्रॅम/मि.ली./%) + पाणी (लिटर)	प्रती १० लि. पाण्यासाठी बुरशीनाशकाचे प्रमाण	प्रतीकि.बियाणे बिजप्रक्रियेसाठी बुरशीनाशकाचे प्रमाण	फवारणीनंतर पीक काढणीसाठीचा कालावधी (दिवस) / बुरशीनाशक वापरण्याची पध्दत
पायरॅक्लोस्ट्रॉबीन १३३ ग्रॅम / लि.+ इपोक्झीकोनॅक्झोल ५० ग्रॅम/लि.एस.ई. (Pyraclostrobin 133 g/l + Epoxiconaxole 50 g/l SE),आंतरप्रवाही					
भुईमुग	टिक्का	६२५ ते ७०० मि.ली. +५०० लि.	--	--	(२१)/ फवारणीसाठी
टेब्युकोनॅझोल ५०%+ ट्रायफ्लोक्झीस्ट्रोबीन २५% डब्ल्यू.जी. (Tebuconazole 50% + Trifloxystrobin 25% WG),आंतरप्रवाही					
भात	कडा, करपा	२०० ग्रॅम +५०० लि.	--	--	(२१)/ फवारणीसाठी
टोमॅटो	लवकर येणारा करपा	३५० ग्रॅम +५०० लि.	--	--	(३)/ फवारणीसाठी
थायोफेनेट मिथील ४५० ग्रॅम / लि.+पायरॅक्लोस्ट्रॉबीन ५० ग्रॅम/लि.एफ.एस. (Thiophanate Methyl 450 g/l + Pyraclostrobin 50g/l FS), आंतरप्रवाही					
भेंडी	उगवणीनंतर रोपे कोलमडणे	३० मि.ली. +५०० लि.		--	आळवणीसाठी

१३. बोर्डो पेस्ट व बोर्डो मिश्रण तयार करण्याची पद्धती

पिकांवरील बुरशीजन्य रोगांच्या नियंत्रणासाठी बोर्डो मिश्रण हे एक प्रभावी बुरशीनाशक आहे.

बोर्डोमिश्रणाचे घटक : निळे स्फटिकमय मोरचूद, कळीचा चुना आणि पाणी हे या मिश्रणाचे एकूण तीन घटक आहेत. वेगवेगळ्या तीव्रतेचे मिश्रण तयार करण्यासाठी प्रत्येक घटक किती प्रमाणात घ्यावा हे पुढील तक्त्यामध्ये दिले आहे :

बोर्डो मिश्रणाची तीव्रता (टक्के)	मोरचूद (ग्रॅम)	चुना (ग्रॅम)	पाणी (लिटर)
१.०	१०	१०	१
०.८	८	८	१
०.६	६	६	१
०.५	५	५	१
०.४	४	४	१
०.२	२	२	१

बोर्डो मिश्रण तयार करण्याची पद्धती

बोर्डो मिश्रण (१ टक्का तीव्रतेचे) - १ कि. चुना + १ कि. मोरचूद (कॉपर सल्फेट) + १०० लि. पाणी यांचे मिश्रण करावे लागते. एक किलो मोरचूद फडक्यात बांधून ते एका प्लॅस्टीक ड्रममध्ये ५० लिटर पाण्यात रात्रभर भिजत ठेवावे आणि पूर्ण विरघळू द्यावे. प्लॅस्टिकच्या दुसऱ्या ड्रममध्ये एक किलो चुना भिजत ठेवावा. मोरचुदाचे तसेच चुन्याचे द्रावण काठीने ढवळून घ्यावे. ही दोन्ही द्रावणे १०० लिटर क्षमतेच्या तिसऱ्या ड्रममध्ये एकाच वेळेस पण हळूहळू ओतावीत. ओतताना ढवळण्याची क्रिया सुरू ठेवावी. तिसऱ्या ड्रममध्ये तयार झालेले आकाशी रंगाचे मिश्रण हे बोर्डोमिश्रण होय.

उपयोग : भाजीपाला, फळझाडे इत्यादीवर फवारणीसाठी तसेच झाडाच्या खोडाच्या बाजूच्या मातीचे निर्जंतुकीकरण करण्यासाठी.

बोर्डो पेस्ट - १ कि. चुना + १ कि. मोरचूद (कॉपर सल्फेट) + १० लि. पाणी

उपयोग : झाडास मलमपट्टी करण्यासाठी, छाटलेल्या भागावर लावण्यासाठी, झाडाच्या खोडास लावण्यासाठी.

उदाहरणार्थ, लिंबूवर्गीय झाडाच्या खोडाला लावण्यासाठी, चिकू, डाळिंबाच्या खोडास लावण्यासाठी.

बोर्डो मिश्रण/पेस्ट तयार करताना घ्यावयाची काळजी :

(१) चुना, मोरचूद व पाणी यांचे प्रमाण कृषि विद्यापीठ शिफारशीनुसार घ्यावे.

(२) मिश्रण किंवा पेस्ट तयार करण्यासाठी प्लास्टीकच्या भांड्याचा वापर करावा.

(३) बोर्डो मिश्रण किंवा पेस्ट तयार केल्यानंतर ते फवारणीसाठी लवकरात लवकर २४ तासाच्या आत वापरावे.

(४) फवारणी यंत्रात भरताना मिश्रण फडक्यातून गाळून घ्यावे.

(५) बोर्डो मिश्रण किंवा पेस्ट वापरण्यापूर्वी त्याचा सामू (pH) तपासावा.

सामू तपासण्याच्या पद्धती

(अ) शेतातील चाचणी : लोखंडी विळा, खुरपे किंवा अन्य कोणतीही न गंजलेली स्वच्छ लोखंडी वस्तू तयार केलेल्या द्रावणात १०-१५ मि. बुडवावी. जर लोखंडी वस्तूला तांबूस रंग प्राप्त झाला तर द्रावण आम्लधर्मी आहे असे समजावे, असे जास्त आम्लता असणारे द्रावण वनस्पतीवर वापरू नये त्यामुळे झाडास इजा पोहोचते. असे द्रावण उदासीन करण्यासाठी म्हणजेच आम्लता कमी करण्यासाठी चुन्याचे प्रमाण वाढवावे लोखंडी वस्तू तांबूस होणे बंद झाल्यावर असे द्रावण वनस्पतीवर वापरावे.

(आ) लिटमस कागद : 'अनिता' हे सूत्र लक्षात ठेवावे. अनिता म्हणजे अम्लामध्ये निळा लिटमस तांबडा होतो. निळा लिटमस कागद द्रावणात बुडवला असता तो तांबडा झाला तर ते द्रावण आम्लयुक्त आहे असे समजावे. निळा लिटमस कागद निळाच राहील तोपर्यंत चुना मिसळत जावा.

(इ) सामू कागदाचा वापर करून द्रावणाचा सामू तपासावा.

❑

१४. बीज प्रक्रिया

बियाणाला प्रक्रिया केल्याने रोगाचे प्रमाण कमी होऊन, बियाण्याची उगवण चांगली होते. रोपे सतेज होतात व जोमाने वाढतात, उत्पन्नात भर पडते. हे सर्व फायदे बीजप्रक्रियेमुळे मिळतात. तेही अगदी कमी खर्चात. विविध प्रकारच्या बीजप्रक्रिया पद्धती थोडक्यात खालीलप्रमाणे :

(अ) मिठाच्या द्रावणाची प्रक्रिया : यात पाणी व मीठ पुढे दिल्याप्रमाणे घेऊन मिठाचे द्रावण करावे. अशा द्रावणात बी बुडवावे. वर तरंगणारे हलके बियाणे, स्क्लेरोशिया काढून टाकाव्यात त्यानंतर खाली बुडालेले जड बियाणे ३ ते ४ वेळेस स्वच्छ पाण्यात धुऊन त्यावर बुरशीनाशकाची बीजप्रक्रिया करावी.

पीक	रोग	मिठाचे प्रमाण
ज्वारी	चिकटा (अरगट)	३०%
बाजरी	चिकटा (अरगट)	२०%
भात	कडा करपा व करपा	३%

(आ) सौर उष्ण प्रक्रिया : गहू मोकळी काणी/काजळी रोग नियंत्रणासाठी बियाणे प्रथम ४ ते ५ तास थंड पाण्यात भिजवावे. नंतर असे बियाणे दुपारी ३ ते ५ पर्यंत ताडपत्रीवर किंवा खळ्यावर वाळवावे. मग असे बियाणे पेरणीस घ्यावे.

(इ) बुरशीनाशकाची प्रक्रिया : बियाणास बुरशीनाशकाची प्रक्रिया केल्यामुळे बियावरील व आतील सूक्ष्मजीवांचा नाश होतो. यामुळे बियांद्वारे उद्‌भवणारे अनेक रोग टाळता येतात, तसेच बियाणाची उगवण चांगली होते व रोपे जोमदार होऊन वाढतात.

विविध बुरशीनाशकांच्या बीजप्रक्रिया

- बियाणास बुरशीनाशकाची भुकटी (पावडर) चोळणे.
- बुरशीनाशकाच्या द्रावणात बी भिजवणे.
- बुरशीनाशक द्रावणाची घट्टसर प्रक्रिया देणे. (ही प्रक्रिया मशीन किंवा यंत्राद्वारे केली जाते)
- बियाण्यास बुरशीनाशकाची भुकटी (पावडर) चोळणे

बुरशीनाशकाची भुकटी मडक्यात, बियाणे चोळण्याच्या ड्रमात किंवा पॉलिथीनच्या पिशवीत योग्य प्रमाणात टाकून ते हलवतात किंवा चोळतात.

पीक	रोग	प्रति किलोग्रॅम बियाण्यास लागणारे औषध/प्रमाण
भात	बुरशीजन्य करपा	२ ग्रॅम कार्बेनडॅझिम किंवा ३ ग्रॅम थायरम किंवा २ ग्रॅम कॅप्टान प्रतिकिलो बियाण्यास; अथवा ट्रायकोर्डमा विरिडी/सुडोमोनास फ्लुरेस्केन १० ग्रॅम प्रतिकिलो बियाण्यास.
	जीवाणुजन्य करपा	स्ट्रेप्टोमायसीन (०.०२५%) १० लि. पाण्यात २.५ ग्रॅम मिसळून त्या द्रावणात बियाणे ८ तास भिजत ठेवावे किंवा ५२°-५४° सें. तापमान असलेल्या पाण्यात १० मिनिटे भिजत ठेवावे.
ज्वारी	काणी	४.० ग्रॅम गंधक किंवा ३ ग्रॅम थायरम प्रतिकिलो बियाणे
	पानांवरील लाल, गोलाकार, आयाताकृती ठिपके	कॅप्टान किंवा थायरम २-३ ग्रॅम प्रतिकिलो बियाणे या प्रमाणात लावावे.
	कडकड्या	कार्बेनडॅझिम किंवा कॅप्टान २ ग्रॅम/किलो बियाणे.
बाजरी	केवडा/पर्णगुच्छ/गोसावी	मेटॅलॅक्झील ३५ एस. डी. ६.० ग्रॅम प्रति कि. बियाणे
	(स्मट) काणी	गंधक (सल्फर) ४ ग्रॅम/किलो बियाण्यासाठी किंवा कॅप्टान अथवा थायरम ३ ग्रॅम/किलो बियाणे
	अरगट/बियाण्यावरील बुरशी	बियाणे २० टक्के मिठाच्या पाण्यात म्हणजे १० लिटर पाण्यात २ कि.ग्रॅ. मीठ विरघळवून अशा पाण्यात बियाणे ओतावे व नंतर पाण्यावर तरंगणारे बियाणे व इतर गोष्टी काढून टाकाव्यात. भांड्याच्या तळातील बियाणे ३-४ वेळेस चांगल्या पाण्याने धुऊन सुकवून अशा बियाण्याला कॅप्टान किंवा थायरमची ४ ग्रॅम/किलो बियाणे या प्रमाणात बीजप्रक्रिया करावी.
भुईमूग	बी कूजणे किंवा इतर रोग	५ ग्रॅ.थायरम किंवा २.५ ग्रॅ. कार्बेनडॅझिम किंवा २.५ ग्रॅ. कार्बोक्सीन किंवा कॅप्टान २.५ ग्रॅ./किलो बियाणे बीजप्रक्रिया करावी.
	टिक्का	कॅप्टान किंवा थायरम ४ ग्रॅम अथवा कार्बेनडॅझिम २ ग्रॅम.
	फांद्या कूजणे	थायरम ३ ग्रॅम/किलो बियाणे या प्रमाणात बीजप्रक्रिया करून नंतर अशा बियाण्याला ट्रायकोडर्मा विरिडी ४ ग्रॅम/किलो बियाणे बीजप्रक्रिया करावी.

पीक	रोग	प्रति किलोग्रॅम बियाण्यास लागणारे औषध/प्रमाण
सूर्यफूल	बुरशीजन्य केवडा	४ ग्रॅम मेटॅलॅक्झिल किंवा २ ग्रॅम थायरम/किलो बियाणे.
	करपा	थायरम किंवा कार्बेनडॅझिम २ ग्रॅम/किलो बियाणे या प्रमाणात बीजप्रक्रिया करावी.
	फुलांची मान कूजणे	बियाण्याला थायरम किंवा कार्बेनडॅझिमची २ ग्रॅम/किलो बियाणे या प्रमाणात बीजप्रक्रिया करावी.
	खोड कूज	कॅप्टान किंवा कार्बोक्झीन ३ ग्रॅम/किलो बियाण्यास बीजप्रक्रिया करावी.
	विषाणुजन्य करपा (नेक्रॉसीस)	इमिडा क्लोप्रीड ५ ग्रॅ/किलो बियाण्यास.
तीळ	मूळ कूज/फांदी कूज/ कोळसा कूज	ट्रायकोडर्मा विरीडी ४ ग्रॅ/किलो बियाणास किंवा सुडोमोनास फ्ल्युरेस्केन १० ग्रॅम/किलो बियाण्याला लावावे अथवा कार्बेनडॅझिम १ ग्रॅम किंवा थायरम ४ ग्रॅम/किलो बियाण्यास लावावे.
	जीवाणुजन्य ठिपके	बियाणे ५२° सें तापमानाच्या पाण्यात १० मिनिटे बुडवून ठेवावे किंवा स्ट्रेप्टोमायसीन २५० मिग्रॅ/प्रति लिटर पाण्यात मिसळून अशा द्रावणात बियाणे ३० मिनिटे बुडवून ठेवावे.
करडई	करपा	बियाणे ५०° से. तापमानाच्या पाण्यात ३० मि. बुडवावे अथवा थायरम किंवा कॅप्टानची ३ ग्रॅम/कि.ग्रॅ. बियाण्यास प्रक्रिया करावी.
	मर रोग	कार्बेनडॅझिम १ ग्रॅम किंवा ट्रायकोडर्मा १० ग्रॅम/किलो बियाण्यास प्रक्रिया करावी.
सोयाबीन	शेंगाचा करपा	थायरम किंवा कॅप्टान किंवा कार्बेनडॅझिम ३ ग्रॅ/कि.ग्रॅ. बियाण्यास प्रक्रिया करावी.
	बियांद्वारे उद्‌भवणारे रोग	२ ग्रॅम थायरम प्रतिकिलो बियाण्यास लावावे.
कापूस	बियांद्वारे उद्‌भवणाऱ्या सर्व रोगांसाठी	१ ग्रॅ. कार्बेनडॅयझिम + २ ग्रॅ. थायरम किंवा कॅप्टान किंवा ट्रायकोडर्मा बीजप्रक्रिया ४ ग्रॅम किंवा सुडोमोनास फ्ल्युरेस्केन १० ग्रॅ./कि. बियाणे.

पीक	रोग	प्रति किलोग्रॅम बियाण्यास लागणारे औषध/प्रमाण
कापूस	जीवाणुजन्य कोनीय ठिपके	सरकीवरील धागे काढण्यासाठी कपाशीचे बियाणे संहत सल्फ्युरिक आम्ल २५ मिली/किलो बियाणे या प्रमाणात लावावे व नंतर पाण्याने ३ वेळा धुवावे* किंवा १ लिटर पाण्यात १ ग्रॅम स्ट्रेप्टोमायसीन सल्फेट मिसळून अशा मिश्रणात बियाणे १ रात्र भिजवावे किंवा बियाणे ५२-५६° से. तापमानाच्या पाण्यात १०-१५ मिनिटे बुडवून ठेवावे.
	मर रोग	बियाण्याला कार्बोक्झीन/क्लोरोथॅलोनिल ४ ग्रॅम या प्रमाणात किंवा कार्बेनडॅझिम २ ग्रॅम प्रति किलो बियाण्यासाठी वापरावे.
	मूळकूज	जैविक : ट्रायकोडर्मा विरीडी ४ ग्रॅम किंवा सुडोमोनास फ्ल्युरोसेन १० ग्रॅम/प्रतिकिलो बियाण्याला लावावे.
गहू	तांबेरा	ऑक्सीकार्बोक्झीन १ ग्रॅम/किलो बियाण्यासाठी
	मोकळी काणी व इतर रोग	बियाणे ४ तासांसाठी थंड पाण्यात भिजवून नंतर ५२° से. तापमानाच्या पाण्यात १० मिनिटे बुडवून ठेवावे. नंतर सावलीत वाळवावे किंवा बियाणे ४ तास थंड पाण्यात भिजवल्यानंतर दुपारच्या कडक उन्हात ४-५ तास वाळवावे. बियाण्याच्या पेरणीपूर्वी कार्बोक्झीन २ ग्रॅम/किलो बियाणे या प्रमाणात बीजप्रक्रिया करावी.
	करपा	बियाणे थंड पाण्यामध्ये ४ तास भिजवावे व असे बियाणे नंतर ५२° सें. तापमानाच्या पाण्यात १० मि. साठी बुडवावे
हरभरा / मूग/उडीद	मर रोग	**रासायनिक** : थायरम किंवा कार्बेनडॅझिम २ ग्रॅ./कि बियाण्यास लावावे. **जैविक :** ट्रायकोडर्मा विरीडी ४ ग्रॅ. किंवा सुडोमोनास फ्ल्युरेस्केन १०ग्रॅ/कि.ग्रॅ. बियाण्यास प्रक्रिया करावी.
	करपा/ठिपके	ट्रायकोडर्मा ४ ग्रॅम किंवा कार्बेनडॅझिम २.५ ग्रॅ. किंवा थायरम २.५ ग्रॅ. प्रतिकिलो बियाणे प्रक्रिया करावी.
	फांदी, खोड, कूज	रासायनिक : थायरम किंवा कार्बेनडॅझिम २ ग्रॅ/कि बियाणे प्रक्रिया करावी. जैविक : ट्रायकोडर्मा विरीडी ४ ग्रॅ. किंवा सुडोमोनास फ्ल्युरेस्केन १० ग्रॅ/कि.ग्रॅ. बियाण्यास प्रक्रिया करावी.

* **टीप** : संहत सल्फ्युरिक आम्लाचा त्वचेशी संपर्क आल्यास त्वचेला तीव्र जखम होते. यामुळे या आम्लाचा वापर यंत्राच्या सहाय्याने करावा.

पीक	रोग	प्रति किलोग्रॅम बियाण्यास लागणारे औषध/प्रमाण
हरभरा / मूग/उडीद	जीवाणुजन्य पानांवरील ठिपके	स्टेप्टोमायसीन ५०० मि.ग्रॅ. १ लि. पाण्यात मिसळून द्रावण तयार करावे, अशा द्रावणात बियाणे ३० मिनिटांसाठी भिजवावे.
ऊस	गवत्या	५०° से. तापमानाच्या गरम पाण्यात २ तास किंवा ५२° से. तापमानाच्या पाण्यात बेणे ३० मिनिटे बुडवून ठेवावे व नंतर असे बेणे कार्बेनडॅझिम १ ग्रॅम/लि पाण्यात द्रावण करून त्यामध्ये भिजवावे.
	विषाणुजन्य मोझॅक / केवडा (पिवळे पट्टे)	उसाचे बेणे पहिल्या दिवशी ५२° से. पाण्यात २० मिनिटे बुडवून ठेवावे. दुसऱ्या दिवशी हे बियाणे ५७.३° से. पाण्यात २० मिनिटे बुडवून ठेवावे आणि तिसऱ्या दिवशी हे बेणे ५७° से. तापमानाच्या पाण्यात बुडवावे व नंतर लागवडीसाठी वापरावे.
	लाल रंगाची कूज / चाबुक काणी/मररोग/	कार्बेनडॅझिम १ ग्रॅम १ लि पाण्यात द्रावण करून २० मिनिटे बेणे या द्रावणात भिजवावे .
हळद	कंद कूज	मेटॅलॅक्झील २.५ ग्रॅ/लि पाण्यात मिसळून द्रावण करावे किंवा बोर्डो मिश्रण (१ टक्का) तयार करून त्यामध्ये कंद ४० मिनिटे बुडवून ठेवावे.
	पानांवरील ठिपके	कॉपर ऑक्सिक्लोराईड २.५ ग्रॅम/लिटर पाण्यात मिसळून द्रावण करावे. अशा द्रावणात कंद लागवडीपूर्वी भिजवावे.

❑

१५. रोग व त्यावरील उपचार

प्रमुख पिकाच्या महत्त्वाच्या रोगांसाठी खालील दिलेली बुरशीनाशके रोगाच्या सुरुवातीच्या अवस्थेत वापरल्यास अनेक रोगांपासून संरक्षण होते व त्याचा चांगला परिणामही दिसून येतो. अचूक व योग्य वेळी औषधाची फवारणी केल्यास रोगाचा बंदोबस्त होण्यास मदत होते व त्यामुळे पीक उत्पादनात वाढ होते. अलीकडे वनस्पतीच्या पेशीमधून किंवा शरीरातून प्रवाहित होऊन कार्य करणारी अनेक बुरशीनाशके व प्रतिजैविके (ॲन्टिबायोटिक्स) बाजारात उपलब्ध झालेली आहेत. त्याचा उपयोग अनेक रोगांच्या नियंत्रणासाठी चांगल्या प्रकारे होतो. विशिष्ट रोगासाठी नेमके कोणते बुरशीनाशक वापरावे याची माहिती पुढे दिलेली आहे.

अ. क्र.	पीक	रोग	बुरशीनाशकाचे नाव आणि सक्रिय घटकाची तीव्रता	लागणारे बुरशीनाशक + पाणी (प्रति हेक्टरी)
(अ) तृणधान्य				
१	भात	करपा व कडा करपा	कॉपर ऑक्सिक्लोराईड ५० टक्के पा.मि. किंवा झायनेब ७५ टक्के पा.मि किंवा कार्बेनडॅझीम	१२५० ग्रॅम + ५०० लि.पाणी २ किलो + ५०० लि.पाणी ५०० ग्रॅम + ५०० लि.पाणी
२	बाजरी	केवडा	कॉपर ऑक्सिक्लोराईड ५० % पाण्यात मिसळणारे	१ किलो + ५०० लि. पाणी
		अरगट	मॅन्कोझेब (७५ टक्के)	१२५० ग्रॅम + ५०० लि. पाणी
		तांबेरा	मॅन्कोझेब (७५ टक्के)	१५०० ग्रॅम + ५०० लि. पाणी
३	ज्वारी	अरगट	झायरम (८० टक्के)	१२५० ग्रॅम + ५०० लि. पाणी
४	ज्वारी	दाण्यांवरील बुरशी (ग्रेनमोल्ड), पानांवरील करपा विविध ठिपके	झायरम (८० टक्के)	१००० ग्रॅम + ५०० लि. पाणी
			कॅप्टान ५० टक्के पा.मि.	५०० ग्रॅम + ५०० लि. पाणी
पा.मि. - पाण्यात मिसळून फवारणीसाठी वापरण्याची पावडर				

अ. क्र.	पीक	रोग	बुरशीनाशकाचे नाव आणि सक्रिय घटकाची तीव्रता	लागणारे बुरशीनाशक + पाणी (प्रति हेक्टरी)
	ज्वारी	अरगट	झायरम - ८० पाण्यात मिसळणारे	१००० ग्रॅम + ५०० लि. पाणी
		केवडा	मॅन्कोझेब ७५ टक्के	१२५० ग्रॅम + ५०० लि. पाणी
		तांबेरा	झायनेब ७५ टक्के	१५०० ग्रॅम + ५०० लि. पाणी
५	गहू	तांबेरा/गेरवा (नारिंगी व काळा)	७५ टक्के झायनेब किंवा	१००० ग्रॅम + ५०० लि.पाणी
			मॅन्कोझेब ७५ टक्के पा.मि.	१५०० ग्रॅम + ५०० लि. पाणी
		कवकाचे ठिपके, करपा	झायनेब पा.मि. किंवा	१००० ग्रॅम + ५०० लि. पाणी
			मॅकोन्झेब-७५ पा.मि.	१००० ग्रॅम + ५०० लि. पाणी
(ब) कडधान्य				
१	मूग/ उडीद	भुरी	३०० मेश पोताची गंधकाची भुकटी किंवा	२० किलो/हेक्टरी
			८० टक्के पाण्यात मिसळणारे गंधक किंवा	१२५० ग्रॅम + ५०० लि. पाणी
			डिनोकॅप किंवा	५०० मिली + ५०० लि. पाणी
२	हरभरा	स्टंट, मर (खुंटपण)	मावा किडीचा बंदोबस्त किटकनाशकाद्वारे करावा	---
३	तूर	विषाणुजन्य स्टरिलिटी मोझॅक (वंध्यत्व)	कोळी (माईट) या किडीचा बंदोबस्त योग्य त्या कोळीनाशकाने करावा.	शक्यतो रोगप्रतिबंधक जात वापरावी (बीएसएमआर-१७५, बीएसएमआर-७३६, ८५३)
४	वाटाणा	भुरी	३०० पोताची गंधकाची भुकटी किंवा	२० कि. प्रति हेक्टरी
			८० टक्के गंधक किंवा	२५० ग्रॅ. + ५०० लि. पाणी
	वाटाणा	भूरी		
			डिनोकॅप ४० टक्के पा.मि. भुकटी	५०० ग्रॅ. + ५०० लि. पाणी

अ. क्र.	पीक	रोग	बुरशीनाशकाचे नाव आणि सक्रिय घटकाची तीव्रता	लागणारे बुरशीनाशक + पाणी (प्रति हेक्टरी)
(क) तेलबीया				
१	भुईमूग	टिक्का	३०० पोताची गंधकाची भुकटी किंवा	२० किलो / हेक्टर
			८० % पाण्यात मिसळणारे गंधक किंवा	२ किलो + ५०० लि. पाणी
			कार्बेनडॅझिम पा.मि.	५०० ग्रॅ. + ५०० लि.पाणी
		तांबेरा	मॅन्कोझेब ७५ टक्के किंवा	१ किलो + ५०० लि. पाणी

(**टीप**: जर तांबेरा व टिक्का हे दोन्हीही रोग एकत्रित आढळून आल्यास कार्बेनडॅझीम ०.१ टक्के आणि मॅन्कोझेब ०.२५ टक्के मिश्रणाच्या ४५, ५५ व ७५ दिवसांत ३ फवारण्या कराव्यात.)

अ. क्र.	पीक	रोग	बुरशीनाशकाचे नाव आणि सक्रिय घटकाची तीव्रता	लागणारे बुरशीनाशक + पाणी (प्रति हेक्टरी)
२	सूर्यफूल	पानांवरील कवकाचे ठिपके, तांबेरा	मॅन्कोझेब किंवा	१२५० ग्रॅ. + ५०० लि. पाणी
			झायनेब	१२५० ग्रॅ. + ५०० लि. पाणी
		केवडा, विषाणूचा कळी करपा	रोगप्रतिबंधक जात वापरावी.	
३	तीळ	जीवाणूमुळे होणारे ठिपके	मॅन्कोझेब + स्ट्रेप्टोमायसीन	१२५० ग्रॅ. + ५ ग्रॅम + ५०० लि. पाणी
४	करडई	कवकाचे ठिपके	मॅन्कोझेब	१२५० ग्रॅ. + ५०० लि. पाणी
			झायनेब	१२५० ग्रॅ. + ५०० लि. पाणी
			कॉपर ऑक्सिक्लोराईड	१५०० ग्रॅ. + ५०० लि. पाणी

अ. क्र.	पीक	रोग	बुरशीनाशकाचे नाव आणि सक्रिय घटकाची तीव्रता	लागणारे बुरशीनाशक + पाणी (प्रति हेक्टरी)
	करडई	मर	शक्यतो रोग प्रतिबंधक जात वापरावी	शारदा, परभणी कुसुम
५	जवस	तांबेरा	झायनेब किंवा	१००० ग्रॅ. + ५०० लि. पाणी
		भुरी	३०० पोताची गंधकाची भुकटी धुरळावी.	२० किलो/हेक्टर
६	सोयाबिन	मोझॅक	विषाणुजन्य	पिकांवरील किडींचा बंदोबस्त योग्य त्या किटकनाशकाद्वारे करावा.
(ड)	**कापूस**	जीवाणुजन्य करपा व पानांवरील ठिपके	सुडोमोनास फ्ल्युरेस्केन बियाण्यास लावून नंतर ३०, ६० किवा ९०व्या दिवशी या प्रतिजैविकाची फवारणी करावी.	१० ग्रॅम प्रति किलो बियाणे, फवारणीसाठी १ किलो + ५०० लि. पाणी
			कॉपर ऑक्सिक्लोराईड ०.२५ टक्के + स्ट्रेप्टो मायसीन १०० पीपीएम किंवा	१२५० ग्रॅ. + ५० ग्रॅ + ५०० लि. पाणी
			कार्बेनडॅझिम ०.१ टक्के + स्ट्रेप्ट्रोमायसीन १०० पीपीएम	५०० ग्रॅ. + ५० ग्रॅ. + ५०० लि. पाणी
		कवडी, बुरशीजन्य पानांवरील ठिपके, दहिया	कॉपर ऑक्सिक्लोराईड ०.२५ टक्के किंवा	१२५० ग्रॅम + ५० लि. पाणी
			रोग दिसताच ३०० पोताचे गंधक धुरळावे किंवा	२० किलो/हे.
			पा.मि. गंधक (८० टक्के) फवारणी करावी	१२५० ग्रॅ. + ५०० लि. पाणी

अ. क्र.	पीक	रोग	बुरशीनाशकाचे नाव आणि सक्रिय घटकाची तीव्रता	लागणारे बुरशीनाशक + पाणी (प्रति हेक्टरी)
	कापूस	पानांवरील बुरशीजन्य ठिपके, दहिया	कार्बेनडॅझिम	५०० ग्रॅम + ५०० लि. पाणी ३०, ६०, ९० व्या दिवशी फवारावे
		पॅरविल्ट	पिकास कुठलाही ताण पडू देऊ नये. जास्तीत जास्त कोळपण्या द्याव्यात. गरज पडल्यास पिकास पाणी द्यावे.	
(इ) फळझाडे				
१	संत्रा	डिंक्या	झाडाच्या खोडाला इजा न होता चिकट भाग काढून किंवा खरडून त्यावर बोर्डो पेस्ट लावावा.	
		शेंडेमर	रोगट फांद्या काढून औषधी फवारणी करावी कॉपर ऑक्सिक्लोराईड (५० टक्के)	१२५० ग्रॅम + ५०० लि. पाणी
		कोळशी पानांवरील बुरशी	कॉपर ऑक्सिक्लोराईड (५० टक्के)	१४०० ग्रॅम + ५०० लि. पाणी

अ. क्र.	पीक	रोग	बुरशीनाशकाचे नाव आणि सक्रिय घटकाची तीव्रता	लागणारे बुरशीनाशक + पाणी (प्रति हेक्टरी)
२	लिंबू	देवी/कँकर	अति रोगट फांद्या छाटाव्यात व जाळाव्यात ३:३:५० बोर्डो मिश्रणाच्या अथवा स्ट्रेप्टोसायक्लिन ५०० पीपीएमची फवारणी करावी.	
३	द्राक्ष	कवकाचा करपा/ अँथ्रॅक्नोज	द्राक्ष छाटणीनंतर कॉपर ऑक्सिक्लोराईड ५० टक्के	१००० ग्रॅम + ४०० लि. पाणी
			किंवा बोर्डो मिश्रण ०.०६% फवारावे	
		केवडा (डाऊनी)	कॉपर ऑक्सिक्लोराईड	१००० ग्रॅम + ४०० लि. पाणी
			बोर्डोमिश्रण १ टक्के फवारावे	
		भुरी	पाण्यात विरघळणारे गंधक किंवा	१५०० ग्रॅ. + ५०० लि. पाणी
			डिनोकॅप किंवा	१२५ मिली + ५०० लि. पाणी
४	आंबा	भुरी मोहरावर, कैऱ्यांवर	३०० पोताचे गंधक धुरळावे.	२० किलो/हेक्टरी
		कवकजन्य करपा	कॉपर ऑक्सिक्लोराईड	१५०० ग्रॅम + ५०० लि. पाणी
६	स्ट्रॉबेरी	पानांवरील ठिपके	कार्बेनडॅझिम पा.मि.	५०० ग्रॅम + ५०० लि. पाणी

अ. क्र.	पीक	रोग	बुरशीनाशकाचे नाव आणि सक्रिय घटकाची तीव्रता	लागणारे बुरशीनाशक + पाणी (प्रति हेक्टरी)
(ई) भाजीपाला				
१	बटाटा	बांगडी किंवा बटाट्याची तंतुमय सड (ब्राऊनरॉट)	स्ट्रेप्टोमायसीन	२०० ग्रॅम + १०० लि. पाणी बेणे मिश्रणात १ तास बुडवावे
		करपा	कॉपर ऑक्सिक्लोराईड किंवा	१५०० ग्रॅम + ५०० लि. पाणी
			झायनेब	१२५० ग्रॅम + ५०० लि. पाणी
२	मिरची	शेंडेमर फांद्या वाळणे	कॉपर ऑक्सिक्लोराईड ५० टक्के किंवा	१००० ग्रॅम + ५०० लि. पाणी
			झायनेब किंवा	१५०० ग्रॅम + ५०० लि. पाणी
			मॅन्कोझेब, ८० टक्के झायरम	१००० ग्रॅम + ५०० लि. पाणी
		भुरी	३०० पोताची गंधक भुकटी	१० किलो प्रति हेक्टरी
		चुरडामुरडा	आंतर प्रवाही किटकनाशक + कॉपर ऑक्सिक्लोराईड	१२५० ग्रॅम + ५०० लि. पाणी
३	कांदा	करपा	कॉपर ऑक्सिक्लोराईड	१२५० ग्रॅम + ५०० लि. पाणी
			मॅन्कोझेब किंवा	१००० ग्रॅम + ५०० लि. पाणी
४	टोमॅटो	करपा	कॉपर ऑक्सिक्लोराईड	१२५० ग्रॅम + ५०० लि. पाणी
			किंवा झायनेब	१२५० ग्रॅम + ५०० लि. पाणी
५	भेंडी	पिवळ्या शिरा, विषाणुजन्य पिवळा केवडा	पांढऱ्या माशीचा कीटकनाशके फवारून नाश करावा.	१००० ग्रॅम + ५०० लि. पाणी
		भुरी	३०० पोताची गंधकाची भुकटी किंवा	२० कि./हेक्टरी

अ. क्र.	पीक	रोग	बुरशीनाशकाचे नाव आणि सक्रिय घटकाची तीव्रता	लागणारे बुरशीनाशक + पाणी (प्रति हेक्टरी)
	भेंडी	भुरी	डिनोकॅप	१००० ग्रॅम + ५०० लि. पाणी
			पा. मि. गंधक ८० टक्के	१००० ग्रॅम + ५०० लि. पाणी
६	वांगी	पाने खुरट होणे (विषाणुजन्य)	रोपे लावण्यापूर्वी बुरशीनाशक बुडवावीत. स्ट्रेप्टोमायसीन	+ ५ ग्रॅम + १० लिटर पाणी
		पानांवरील ठिपके	कॉपर ऑक्सिक्लोराईड ५० टक्के पाण्यात मिसळणारे किंवा	१००० ग्रॅम + ५०० लि. पाणी
			झायनेब ७५ टक्के पा.मि.	१००० ग्रॅम + ५०० लि. पाणी
७	कोबी, फुलकोबी	कवकजन्य करपा	कॉपर ऑक्सिक्लोराईड (५० टक्के पा.मि.) किंवा झायनेब (७५ टक्के पा.मि.)	१००० ग्रॅम + ५०० लि. पाणी
८	हळद व आले	पानांवरील करपा किंवा चट्टे ठिपके	कॉपर ऑक्सिक्लोराईड (५० टक्के पा.मि.) किंवा	१००० ग्रॅम + ५०० लि. पाणी
			झायनेब (७५ टक्के पा.मि.)	१००० ग्रॅम + ५०० लि. पाणी
			झायरम (८० टक्के पा.मि.)	१००० ग्रॅम + ५०० लि. पाणी

❑

१६. बुरशीनाशकांची विविध रूपे व त्यामधील रासायनिक घटकांचे प्रमाण

बाजारात रासायनिक बुरशीनाशके विविध स्वरूपात उपलब्ध असतात. ते शेतकऱ्यांच्या शेतापर्यंत पोहोचण्यासाठी त्यांचे वेगवेगळ्या स्वरूपात रूपांतर केले जाते. तसेच शेतात वापरताना त्यांची कधी फवारणी करावी लागते तर कधी धुरळणी करावी लागते तर कधी थेट हाताने विस्कटावे लागते. यासाठी ही रसायने वेगवेगळ्या स्वरूपात उपलब्ध करून दिली जातात. ही रासायनिक बुरशीनाशके तयार करताना त्यांची संहती वाढवल्यामुळे त्यांचा आकार कमी होतो, त्यामुळे त्यांची पॅकिंग, वाहतूक सोयीस्कर होते. शेतात पोहोचल्यावर त्यांची पाण्यात मिसळून संहती कमी केली जाते व नंतर फवारणीसाठी ०.१ ते ०.२ टक्के अशा खूप कमी संहतीत वापरले जातात. यामुळे झाडाला इजा होत नाही; परंतु रोगकारकाचा नाश होतो. त्यांची विविध स्वरूपे पुढीलप्रमाणे :

अ.क्र.	प्रकार	उपयोग	सक्रिय घटकाचे प्रमाण
(अ) द्रव स्वरूपात विकली जाणारी स्वरूपे			
१	EC	संहत द्राव्य या प्रकारातील रसायन शिफारशीनुसार पाण्यात मिसळून फवारणीसाठी वापरावे	यामध्ये रासायनिक घटकाचे प्रमाण २५ ते ७५ टक्के असते
२	S	द्रावण स्वरूपात उपलब्ध असणारे	
३	RTU	तयार स्वरूपात फवारणीसाठी उपलब्ध असणारे. (Ready to use)	१ टक्के किंवा त्यापेक्षाही कमी
(आ) स्थायू/कोरड्या स्वरूपात विकली जाणारी स्वरूपे			
१	WP/W	पाण्यात मिसळून फवारणीसाठी वापरण्याची पावडर,(पाण्यात विरघळत नसल्याने फवारणी करताना द्रावण सारखे ढवळावे लागते) धुरळणीसाठी वापरू नये.	५ टक्के ते ९५ टक्के
२	SP/ WSP	पाण्यात विरघळून फवारणीसाठी वापरण्याची पावडर, धुरळणीसाठी वापरू नये.	१५ टक्के ते ९५ टक्के

३	D	पावडर (डस्ट) स्वरूपात विकली जातात. या प्रकारातील बुरशीनाशक धुरळणी साठीच वापरावीत.	१० टक्के किंवा त्यापेक्षा कमी
४	G	दाणेदार कणांत उपलब्ध असणारी या प्रकारातील औषधे थेट जमिनीत टाकली जातात किंवा विस्कटली जातात.	१ टक्केपेक्षा कमी ते १५ टक्केपर्यंत

रोग व त्यांचा प्रसार करणारे कीटक

रोगांचा प्रसार विविध माध्यमांच्या मार्फत होतो हे आपण यापूर्वी पाहिले आहे. कीटक रोगप्रसारात महत्त्वाची भूमिका बजावतात. तसेच कीटक हे गवतावर सुद्धा उपजीविका करत असल्यामुळे तणव्यवस्थापन करणे हे अतिशय महत्त्वाचे असते. काही महत्त्वाचे रोग व त्यांचा प्रसार करणारे कीटक यांची यादी पुढीलप्रमाणे:

अ.क्र.	रोग	प्रसार करणारे कीटक
१	भेंडीच्या पानांवरील पिवळ्या शिरांचा विषाणुजन्य मोझॅक	पांढरी माशी
२	घेवड्यातील सोनेरी पानांचा विषाणुजन्य केवडा	पांढरी माशी
३	गहू खुरटा राहणारा विषाणू	पांढरी माशी
४	डाळवर्गीय पिकातील पूर्ण पान पिवळे करणारा विषाणुजन्य केवडा	पांढरी माशी
५	टोमॅटो पिकातील पाने गोळा करणारा/चुरगळणारा विषाणू	पांढरी माशी
६	तंबाखू पिकातील पाने गोळा करणारा/चुरगळणारा विषाणू	पांढरी माशी
७	पपई पिकातील पाने गोळा करणारा/चुरगळणारा विषाणू	पांढरी माशी
८	कपासी पिकातील पाने गोळा करणारा/चुरगळणारा विषाणू	पांढरी माशी
९	मिरची पिकातील पाने गोळा करणारा/चुरगळणारा विषाणू	पांढरी माशी
१०	काकडीवर्गीय पिकातील पाने गोळा करणारा/चुरगळणारा विषाणू	पांढरी माशी
११	केळी पिकातील पानांचा गुच्छ/मुकुट तयार करणारा विषाणू	मावा
१२	वांगी पिकातील बोकड्या	तुडतुडे
१३	तीळ पिकातील बोकड्या	तुडतुडे
१४	उसातील गवत्या	तुडतुडे
१५	मका खुरटणे (विषाणुजन्य)	तुडतुडे

अ.क्र.	रोग	प्रसार करणारे कीटक
१६	उसाची पाने पांढरी पडणे (विषाणुजन्य)	तुडतुडे
१७	भात पिवळा पडणे, खुरटा राहणे, पानावर पिवळे पट्टे तयार होणे. (विषाणुजन्य)	तुडतुडे
१८	तुतीचे झाड खुरटणे	तुडतुडे
१९	मक्याच्या पानावर पिवळे पट्टे तयार करणारा विषाणू	तुडतुडे
२०	बाजरीच्या पानावर पिवळे पट्टे तयार करणारा विषाणू	तुडतुडे
२१	बीट पीकातील पाने गोळा करणारा/चुरगळणारा विषाणू	तुडतुडे
२२	लिंबूवर्गीय पिकातील कँकर (जीवाणुजन्य)	पाने पोखरणारी अळी
२३	काकडीवर्गीय पिकातील जीवाणुजन्य मर	ठिपक्यांचा भुंगा
२४	विविध फळ पिकातील फळ कूज	भुंगे, फळमाशी
२५	मका पिकातील जीवाणुजन्य करपा	पाने खाणारे भुंगे
२६	गहू पिकातील पट्ट्यांचा विषाणुजन्य केवडा	कोळी
२७	अंजिरावरील विषाणुजन्य केवडा	कोळी
२८	तूर पिकांचा वांझ केवडा	कोळी
२९	लसूण पिकातील विषाणुजन्य केवडा	कोळी
३०	टोमॅटो पिकातील विषाणुजन्य ठिपक्यांमुळे येणारी मर	फुलकिडे
३१	तंबाखू पिकातील विषाणुजन्य गोलाकार ठिपके	फुलकिडे
३२	विषाणूमुळे भुईमूग पिकाचा शेंडा अचानक करपणे	फुलकिडे
३३	चवळी पिकातील विषाणुजन्य केवडा	फुलकिडे
३४	केळीच्या पानांवरील विषाणुजन्य पट्टे	पिठ्या ढेकूण

❑

१७. बुरशीनाशकांचे प्रमाण काढण्याच्या पद्धती

बुरशीनाशके शेतात वापरण्यासाठीच्या शिफारशी मुख्यत : तीन प्रकारे सुचवल्या जातात.

१. बुरशीनाशकाचे प्रमाण प्रति हेक्टरसाठी (कि/हे) म्हणजेच (kg/ha)

२. सक्रिय कार्यक्षम घटकांचे (Active ingradient) प्रमाण प्रति हेक्टरसाठी (कि.का.घ./हे) म्हणजेच (kg a.i./ha)

३. वापरण्यासाठी लागणारे संहतीचे टक्केवारी(%) उदा. (०.३%)

बुरशीनाशक, जीवाणुनाशक इ. ची खरेदी करताना तसेच वापर करताना शेतकऱ्यांच्या डोक्यात उद्‌भवणारा प्रश्न म्हणजे बुरशीनाशकाची मात्रा किती प्रमाणात वापरावी किंवा किती खरेदी करावे. जेणे करून गरजेपूरतेच बुरशीनाशक खरेदी करता येईल. या प्रश्नाचे उत्तर मिळण्यासाठी खालील गणिते करावीत.

(१) शिफारस जर, बुरशीनाशकाचे प्रमाण प्रती हेक्टरसाठी असल्यास म्हणजे (कि/हे.)

१ हेक्टर क्षेत्राची फवारणी जर (१५ लिटर क्षमतेच्या) नॅपसॅक फवाऱ्याने करावयाची असल्यास साधारणतः ५०० लिटर द्रावणाची आवश्यकता भासते. म्हणजेच ३४ फवारे.

उदाहरणार्थ, एखाद्या रोगाच्या नियंत्रणासाठी क्लोरोथॅलोनिल ०.५ लिटर/हेक्टर अशी शिफारस असल्यास,

०.५ लि.= ५०० मि.ली.

प्रति हेक्टरी ३४ फवारे (१५ लि. द्रावण प्रत्येक फवारा)

$$\frac{\text{प्रति हे. साठी शिफारस केलेले प्रमाण (मि.लि.)}}{\text{एक हे. साठी लागणाऱ्या द्रावणांमध्ये १५ लि. क्षमतेचे किती फवारे भरू शकतात. त्यांची संख्या}} = \text{एका १५ लि. क्षमतेच्या नॅपसॅक फवाऱ्यासाठी लागणारे बुरशीनाशकाचे प्रमाण (मि.लि.)}$$

$$\frac{\text{५०० मि.ली.}}{\text{३४ फवारे}} = \text{१४.७ मि.ली}$$

म्हणजेच एका १५ लिटरच्या नॅपसॅक, फवाऱ्यासाठी १४.७ मि.ली. बुरशीनाशक

(२) शिफारस जर, कार्यक्षम घटकाचे प्रमाण प्रति हेक्टरी kg a.i./ha **म्हणजेच (कि.का.घ/हे) असल्यास**

सक्रिय कार्यक्षम घटक (Active ingradient) म्हणजे एखाद्या बुरशीनाशकाच्या डब्यामधील द्रावणात/पावडर मध्ये समाविष्ट औषधाचे प्रमाण. औषधाच्या एक किंवा अनेक घटकांव्यतिरिक्त डब्यातील द्रावणात/पावडरमध्ये काही अन्य निरोपयोगी पण वाहक म्हणून कार्य करणारे घटक समाविष्ट असतात. उदाहरणार्थ, कार्बेनडॅझिम ५० SC किंवा कार्बेनडॅझिम ५० WP याचा अर्थ त्या पॅकींगमध्ये ५० टक्केच कार्बेनडॅझिम आहे जो की रोग नियंत्रणासाठी सक्रिय कार्यक्षम घटक (Active ingradient) आहे बाकी उर्वरित ५० टक्के इतर वाहक घटक आहेत.

सूत्र

प्रति हेक्टरी औषधाचे लागणारे वजनी किंवा लिटरचे प्रमाण = (वापरण्यासाठी शिफारस केलेले प्रमाण / कार्यक्षम घटक) X १००

उदाहरणार्थ, एखाद्या रोग नियंत्रणासाठी मॅन्कोझेब ८० WP बुरशीनाशकाची हेक्टरी ३ कि a.i./हे फवारणीची शिफारस असेल तर किती किलो मॅन्कोझेब १ हेक्टरसाठी विकत घ्यावे?

प्रति हेक्टरी औषधाचे लागणारे वजनी किंवा लिटरचे प्रमाण = (वापरण्यासाठी शिफारस केलेले प्रमाण / कार्यक्षम घटक) X १००

प्रति हेक्टरी औषधाचे लागणारे वजनी किंवा लिटरचे प्रमाण = (३ / ८०) X १००

प्रति हेक्टरी औषधाचे लागणारे वजनी किंवा लिटरचे प्रमाण = ३.७५ कि मॅन्कोझेब ८० WP प्रति हेक्टरसाठी विकत घ्यावे किंवा प्रति हेक्टरी वापरावे

(३) शिफारस जर वापरण्यासाठी लागणाऱ्या संहतीच्या (%) टक्केवारीत असेल तर

हेक्टरी औषधाचे लागणारे वजनी किंवा लिटरचे प्रमाण = (फवारणीसाठी तयार होणारे द्रावण किंवा लागणारे द्रावण (लिटरमध्ये) X फवारणीसाठी शिफारस केलेली संहतीची टक्केवारी) / (प्रति लिटर किंवा किलो औषधामधील कार्यक्षम घटक (a.i.))

उदाहरणार्थ, एखाद्या रोग नियंत्रणासाठी प्रोपिकोनॅझोल ०.०२५ टक्के या प्रमाणात वापरण्याची शिफारस केली आहे व बाजारात प्रोपिकोनॅझोल २५ EC स्वरूपात उपलब्ध असल्यास एका हेक्टरसाठी प्रोपिकोनॅझोल २५ EC किती लिटर विकत घ्यावे किंवा फवारणीसाठी वापरावे?

एका हेक्टरसाठी नॅपसॅक फवारा वापरून फवारणीसाठी लागणारे द्रावण साधारणतः ५०० लिटर

$$\text{हेक्टरी औषधाचे लागणारे वजनी किंवा लिटरचे प्रमाण} = \frac{\text{फवारणीसाठी तयार होणारे द्रावण किंवा लागणारे द्रावण (लिटरमध्ये)} \times \text{फवारणीसाठी शिफारस केलेली संहतीची टक्केवारी}}{\text{प्रति लिटर किंवा किलो औषधामधील कार्यक्षम घटक (a.i.)}}$$

$$\text{प्रति हेक्टरी औषधाचे लागणारे वजनी किंवा लिटरचे प्रमाण} = \frac{५०० \times ०.०२५}{२५}$$

$$= ०.५ \text{ लिटर म्हणजेच } ५०० \text{ मि.ली.}$$

❑

सूचना

- एखाद्या रोगाच्या नियंत्रणासाठी जर वेगवेगळया बुरशीनाशकांच्या शिफारशी सुचवल्या असतील तर त्या वेगवेगळ्या बुरशीनाशकांचा आलटूनपालटून असा वापर करावा.
- यांत्रिक फवारा (डिझेल, पेट्रोल इ.) इंधनावर चालणाऱ्या फवाऱ्याचा फवारणीसाठी वापर करावयाचा असल्यास शिफारस केलेल्या औषधाच्या/मात्रेच्या अडीच ते तीनपट अधिक मात्रा वापरावी. हातफवाऱ्याने, पॅन्डल फवाऱ्याने फवारणीसाठी, शिफारस केलेलेच प्रमाण वापरावे.
- औषधे वाहत्या पाण्याच्या जवळ (उदाहरणार्थ, पाण्याचा पाट, ओढा, झरा इत्यादी) तसेच विहीर, आड अशा ठिकाणी फवारू नयेत किंवा अशा ठिकाणी औषधासाठी वापरलेला फवारा धुणे तसेच औषधे मिश्रण करणे टाळावे.
- जनावरांच्या गोठ्यामध्ये औषधे ठेवू नयेत.
- फवारणी करतांना फवारा नादुरुस्त झाल्यास तोंडाने हवा फुंकणे किंवा ओढणे किंवा औषधाचा वास घेणे अशा कृती करू नयेत. असे करणे आरोग्याला धोकादायक असते.
- वर्षानुवर्षे साठवून ठेवलेली किंवा औषधे वापरण्याचा कालावधी संपलेली औषधे वापरू नयेत. ती उघड्यावर इतरत्रही फेकू नयेत, ती जमिनीत गाडून टाकावीत.
- शक्यतो तणनाशके फवारणीसाठी वेगळा पंप असावा अथवा तणनाशकासाठी वापरलेला फवारा २-३ वेळा स्वच्छ धुऊन घ्यावा.
- औषधे फवारणाऱ्या व्यक्तीने तोंडाला व नाकाला मास्क/रूमाल वापरावा. तसेच रखरखत्या उन्हात (भर दुपारी) औषधे फवारू नयेत.
- औषधे फवारणाऱ्या व्यक्तीने जेवण करून फवारणी करावी. उपाशीपोटी औषधे फवारू नयेत, तसेच औषधे फवारताना/धुरळणी करताना तंबाखू मळणे, खाणे अशा गोष्टी टाळाव्यात.

संदर्भ

- कृषि दैनंदिनी, वसंतराव नाईक मराठवाडा कृषि विद्यापीठ, परभणी.
- कृषि दैनंदिनी, डॉ. बाळासाहेब सावंत कोकण कृषि विद्यापीठ,दापोली.
- Plant Pathology – R.P. Singh कल्याणी प्रकाशन, २००८
- Fungicides in plant disease control – Y. L. Nene and P. N. Thapliyal 3rd edition, Oxford & IBH publication Co.Pvt. Ltd. 2011.
- Diseases of crop plants in India- G. Rangaswami and A. Mahadevan, 4th edition PHI Learning Pvt.Ltd. 2014
- Plant Pathology – George N. Agrios, 5th edition Elsevier Academic Press, 2005.
- Major uses of pesticides, Registered under the Insecticides Act, 1968 as on 31.08.2015. Insecticide Board and Registration Committee, NH-IV, Faridabad - 121001
- Package of practices for managing major diseases and insect pests on Grapes. Technical Bulletin No. 8, National Research Centre of Grapes.

www.ingramcontent.com/pod-product-compliance
Lightning Source LLC
LaVergne TN
LVHW082231051026
849532LV00012B/3947
9789386204417